பெப்ஸி

(வெற்றிக்கதை)

பெப்ஸி

(வெற்றிக்கதை)

என். சொக்கன்

Title: Pepsi
Author's Name: N Chokkan

Published by ZDP specifics

(An imprint of Zero Degree Publishing)
No. 55(7), R Block, 6th Avenue,
Anna Nagar,
Chennai - 600 040

Website: www.zerodegreepublishing.com
E Mail id: zerodegreepublishing@gmail.com
Phone: 89250 61999

ZDP Specifics First Edition: May 2022
ISBN: 978-81-949737-1-3
TITLE NO EP: 13

Cover Design & Layout: Vijayan, Creative Studio

பொருளடக்கம்

1. மஹாராஜாவுக்குச் சவால்

அமெரிக்கர்களுக்குத் தாகம் என்றாலே, முதலில் கோக-கோலாதான் நினைவுக்கு வரும், தண்ணீரெல்லாம்கூட அதற்கு அப்புறம்தான்!

இது ஏதோ மிகைப்படுத்தப்பட்ட புகழ்ச்சி வாக்கியம் என்று நினைத்துவிடவேண்டாம். நிஜமாகவே அங்கே தண்ணீரைவிடக் கோலா பானங்களின் விற்பனைதான் அதிகம்.

வழக்கம்போல், இந்த விஷயத்திலும் மற்ற நாடுகள் அமெரிக்காவைப் பின்பற்ற ஆரம்பித்து ரொம்ப நாளாகிறது. பீட்ஸா, பர்கர், சாண்ட்விச் தொடங்கி, சாம்பார் சாதம், வெஜிடபிள் பிரியாணி, ஃப்ரைட் ரைஸ்வரை எதைச் சாப்பிட்டாலும் கூடவே ஒரு பாட்டில் கோலாவைக் கவிழ்த்துக்கொள்வது சர்வதேசப் பழக்கமாகிவிட்டது.

'கோக்' என்று செல்லமாக அழைக்கப்படுகிற கோக-கோலா, நூறு ஆண்டுகளுக்கும்மேலாக, நான்கைந்து தலைமுறையினரின் தாகம் தணித்துக்கொண்டிருக்கிறது. அதோடு போட்டி போட முயன்ற மற்ற பானங்களெல்லாம் பல் உடைந்து படுத்துவிட்டன, அல்லது முட்டி மோதி இரண்டாவது, மூன்றாவது இடங்களில் செட்டிலாகிக்கொண்டன.

இதற்குக் காரணம், கோக-கோலாவின் சுவையோ, மார்க்கெட்டிங் மாயாஜாலங்களோ இல்லை, அமெரிக்கர்கள் தங்களுடைய வாழ்க்கையின் ஒரு பகுதியாக, தேசிய அடையாளமாக கோக-கோலாவை நினைக்கத் தொடங்கிப் பல காலமாகிவிட்டது, இனிமேல் அவர்களே நினைத்தாலும்கூட அதைப் பிரித்துப் பார்க்கமுடியாது.

இதனால், ஒருகட்டத்தில் கோக-கோலா நிறுவனம் எந்த முயற்சியும் எடுக்காமலே அவர்களுடைய பானம் உலகம் முழுக்கக் கண்டபடி விற்றுக்கொண்டிருந்தது. ‘கோக-கோலா’ முத்திரை பதித்த பாட்டிலுக்குள், அவர்கள் எதை ஊற்றிக் கொடுத்தாலும் மக்கள் வாங்குவார்கள் என்கிற நிலைமை.

அடிப்படையில், கோக-கோலா என்பது வெறும் சர்க்கரைக் கரைசல்தான், கார்பன் ஏற்றப்பட்ட ரசாயனத் தித்திப்புத் தண்ணீர், மற்றபடி அதற்குச் சுவை என்று எதுவும் கிடையாது.

ஆனால், உலகம்முழுக்கக் கோக-கோலா பைத்தியம் பிடித்துத் திரிகிற ரசிகர்கள் அதைப்பற்றிக் கவலைப்படவில்லை. கையில் ஒரு ‘கோக்’ இருந்துவிட்டால், வானத்தை வில்லாக வளைக்கலாம் என்கிற அளவுக்கு அவர்களுடைய தன்னம்பிக்கை பொங்கி வழிந்துகொண்டிருந்தது.

இப்படி கோக-கோலா வெறும் திரவமாக இல்லாமல், ஓர் அந்தஸ்து அடையாளமாகவே பார்க்கப்பட்ட சூழ்நிலையில், அதேமாதிரியான மற்ற குளிர்பானங்களெல்லாம் கொஞ்சம் தயங்கிப் பின்னால் நிற்கவேண்டியிருந்தது. இந்தத் துறையில் கோக் பெரிய மஹாராஜா, மற்றவர்களெல்லாம் ஓரமாக ஒதுங்கி நின்று கைகட்டி வாய் பொத்தவேண்டிய சாதாரணப் பிரஜைகள், அவ்வளவுதான்!

கோக-கோலாவின் தயாரிப்பு ஃபார்முலா, பரம ரகசியமாகப் பாதுகாக்கப்படுகிறது. ஏழு கடல், ஏழு மலை, பள்ளத்தாக்கு, அருவி, குளமெல்லாம் தாண்டி எங்கோ ஒரு குகையில் இருக்கிற கிளியின் கழுத்துப் பகுதியில் அதைக் கட்டிவைத்திருப்பதாகக் கதை சொல்கிறார்கள்.

ஆனால், சர்க்கரைத் தண்ணீருக்கு என்ன பெரிய ஃபார்முலா? அதைக் காப்பியடிப்பது ஒரு பெரிய கஷ்டமா?

பலர் முயற்சி செய்தார்கள், கிட்டத்தட்ட கோக-கோலாபோலவே, சொல்லப்போனால் அதைவிடச் சிறப்பான சர்க்கரைக் கரைசல்களைக்கூட அவர்கள் உருவாக்கிவிட்டார்கள்.

ஆனால், அதற்குள் கோக-கோலா நிறுவனம் எங்கேயோ முன்னேறிப்போயிருந்தது. அந்த விநியோகஸ்தர் நெட்வொர்க், மார்க்கெட்டிங் பலம், விளம்பரத்துக்காகப் பணத்தை வாரி இறைக்கும் தைரியம், உலகமெங்கும் பரந்து விரிந்த ரசிகர் கூட்டம், மற்ற கோலா-க்கள் ‘கோக்’குடன் போட்டி போடுவதைப்பற்றிக் கற்பனைகூடச் செய்யமுடியவில்லை.

அவர்களுக்கு வேறு வழி தெரியவில்லை, கோக-கோலாவுடன் மோதி ஜெயிக்கமுடியாது என்கிற கசப்பான உண்மையை மென்று விழுங்கிவிட்டு, பத்தோடு பதினொன்றாக வாழப் பழகிக்கொண்டார்கள். அல்லது கோக-கோலாவுக்குச் சம்பந்தமே இல்லாத இன்னொரு குளிர்பான வகையைத் தயாரித்து விற்பனை செய்ய ஆரம்பித்தார்கள்.

ஒரே ஒரு கோலாமட்டும், அப்படி ஒதுங்கிச் செல்ல விரும்பவில்லை. தைரியமாக நேருக்கு நேர் கோக-கோலாவை எதிர்த்து நின்றது.

இத்தனைக்கும், கோக-கோலாவை எதிர்ப்பதற்கான பண பலமோ, பின்னணியோ, ரசிகர் வட்டமோ எதுவும் அவர்களிடம் இல்லை, அந்த நிறுவனத்தை வழிநடத்தி முன்னேற்றக்கூடிய நல்ல திறமைசாலித் தலைவர்கள்கூட இல்லை, பலமுறை கையில் பைசா இல்லாமல் திவாலாகும் நிலைமை.

ஆனால், இத்தனைக்குபிறகும், அவர்கள் எப்படியோ தட்டுத்தடுமாறி நடந்துகொண்டிருந்தார்கள். ‘கோக்’கின் ஆதிக்கத்தில் மூச்சுத்திணறுகிற கோலா மார்க்கெட்டில், அவர்களுக்கும் ஒரு சின்ன இடம் கிடைத்திருந்தது.

ஆரம்பத்தில் கோக-கோலா, பெப்ஸியைச் சுத்தமாகக் கண்டு கொள்ளவில்லை, 'எத்தனையோ போட்டிகளைப் பார்த்தாச்சு, இது என்ன பெரிய சுண்டைக்காய்' என்று அலட்சியமாக இருந்துவிட்டார்கள்.

ஆனால், கோக-கோலா நினைத்ததுபோல் பெப்ஸி கும்பலோடு கோவிந்தாவாகப் பின்தங்கிவிடவில்லை. மிகவும் நிதானமான வேகத்தில் முன்னேறிக்கொண்டிருந்தது, கோக-கோலாவுக்கும் அதற்கும் இடையிலான வித்தியாசம் கொஞ்சம் கொஞ்சமாகக் குறைந்துவந்தது.

ஆச்சர்யமான விஷயம், கோக-கோலாக்காரர்கள் இதைக் கவனிக்க மறந்துவிட்டார்கள். அல்லது நம்ப மறுத்துவிட்டார்கள். அத்தனை வருட வெற்றி அவர்களுடைய கண்ணை மறைத்துவிட்டது.

இந்த வாய்ப்பை, பெப்ஸி பிரமாதமாகப் பயன்படுத்திக்கொண்டது. முதலில், 'குறைந்த விலைக்கு நிறைய பெப்ஸி' என்று விளம்பரம் செய்து ஏழைகளின் மனத்திலும் வீட்டிலும் இடம் பிடித்தார்கள், அப்புறம் 'இளைஞர்களின் பானம்' என்கிற தனி அடையாளத்தை உருவாக்கிக்கொண்டார்கள்.

அப்போதும் கோக-கோலாதான் விற்பனையில் நம்பர் ஒன். அதோடு ஒப்பிடும்போது பெப்ஸி எங்கேயோ கண்ணுக்குத் தெரியாத தொலைதூரத்தில் இருந்தது.

ஆனால், சுவை என்று பார்த்தால், கோக-கோலாவுக்கும் பெப்ஸிக்கும் பெரிய வித்தியாசம் எதுவும் கிடையாது, லேபிளைக் கிழித்துவிட்டுப் பார்த்தால் எது கோக், எது பெப்ஸி என்று கண்டுபிடிப்பது ரொம்பச் சிரமம்!

இந்த உண்மையை நன்றாகப் புரிந்துகொண்ட பெப்ஸி, தங்களால் கோக-கோலாவை ஜெயிக்கமுடியும் என்று உறுதியாக நம்பியது, பல புதுமையான விளம்பர உத்திகள், மார்க்கெட்டிங் தந்திரங்களைப் பயன்படுத்திப் பயில்வான் கோக்-கிற்கு நிறைய நெருக்கடி கொடுத்தது.

இத்தனைக்குப்பிறகும், இன்றுவரை பெப்ஸியால் கோக-கோலாவை ஜெயிக்கமுடியவில்லை. இப்போதும், கோக-கோலாதான் விற்பனையில் நம்பர் ஒன்!

ஆனால், இன்றைக்குக் கோக-கோலாவின் பெயரைச் சொல்கிற யாரும், உடனே பெப்ஸியைப்பற்றிப் பேசாமல் இருக்கமுடியாது. அப்படிக் கோக்கிற்கு இணையாகச் சொல்லப்படுகிற அளவுக்கு வளர்ந்து நிற்பதே பெப்ஸியின் மிகப் பெரிய சாதனை.

இந்த இரண்டு நிறுவனங்களின் போட்டியால், அமெரிக்காவில் மட்டுமில்லை, உலகம் முழுக்கக் குளிர்பானங்களின் சந்தை மிகப் பெரியதாக வளர்ந்தது. வருடத்துக்கு ஒரு பாட்டில், இரண்டு பாட்டில் என்று எப்போதாவது கோலா குடித்துக்கொண்டிருந்த சாதாரண மக்கள்கூட, இப்போது அசால்ட்டாக இருபது, முப்பது பாட்டில்களைக் காலி செய்கிறார்கள். இப்படி ஒரு கலாசாரத்தை உருவாக்கியது கோக-கோலா மட்டுமில்லை, அதோடு நேருக்கு நேர் மோதி நின்ற பெப்ஸியும்தான்!

ஒருவேளை, பெப்ஸி மட்டும் போட்டிக்கு இல்லாவிட்டால், கோக-கோலா இன்னும் சுலபமாக உலகத்தை வளைத்திருக்கும் என்று சொல்கிறார்கள். ஆனால் அது அவர்களுக்கே ரொம்ப போரடித்திருக்கும்.

'பெப்ஸி' என்றதும், உற்சாகமான முகங்களும், இளைய தலைமுறையும்தான் நம் நினைவுக்கு வருகிறது. பூமியையே ஜெயித்துக்கொண்டிருக்கிற ஒரு வீரன்மேல், கல்லெறிந்து, வம்புக்கு இழுத்துச் சவாலுக்கு அழைக்கிற தைரியம், வேறு யாருக்கு வரும்?

இந்த ஒரு காரணத்தாலேயே, 'நம்பர் டூ'வாக இருந்தாலும், நாம் இப்போது பெப்ஸியின் கதையைப் பேசிக்கொண்டிருக்கிறோம்!

2. ரசாயனக் கலவைகள்

மருத்துவம் ஒரு தொழிலாக மாறாமல், சேவையாகவே அறியப்பட்ட அந்தக் காலம்.

சின்ன வயதிலிருந்தே, காலெப் ப்ராதமுக்கு *(Caleb Davis Bradham)* மருத்துவர்களைப் பார்த்தால் அப்படி ஒரு மரியாதை, பிரமிப்பு, கும்பிடுபோட்டுக் காலில் விழாத குறைதான்!

பின்னே? உயிர்களைக் காப்பாற்றுவது என்றால் சாதாரண விஷயமா?

மக்கள் எத்தனையோ வியாதிகளுடன் டாக்டர்களைத் தேடி வருகிறார்கள், அவர்களால்தான் தங்களைக் குணப்படுத்தமுடியும் என்கிற நம்பிக்கையுடன் மொத்த உடம்பையும் அவர்களிடம் நம்பி ஒப்படைத்துவிடுகிறார்கள்.

டாக்டர்கள் கையில் மந்திரக்கோலுக்குப் பதில் ஸ்டெதாஸ்கோப், 'சூ மந்திரகாளி'க்குப் பதில் மருந்து, மாத்திரைகள், அதையெல்லாம் சரியான விதத்தில் பயன்படுத்தினால், மரணத்தின் விளிம்பில் இருப்பவனைக்கூட சட்டையைப் பிடித்துப் பூமிக்கு இழுத்துவந்துவிட அவர்களால் முடிகிறது.

சமூகம் டாக்டர்களுக்குத் தருகிற மரியாதையைப் பார்க்கப் பார்க்க, சிறுவன் காலெப் ப்ராதமுக்குள் ஒரு முடிச்சு விழுந்தது, 'நானும் நல்லாப் படிச்சு பெரிய டாக்டரா வருவேன், மக்களுக்காகச் சேவை செய்வேன்!'

அந்தக் காலத்திலேயே, டாக்டருக்குப் படிப்பது என்றால் நிறைய மார்க் வாங்கவேண்டும், நிறையப் பணமும் வேண்டும்.

காலெப் ப்ராதம் நன்றாகப் படிக்கும் பையன். அவனுக்கு மார்க் வாங்குவது ஒரு பெரிய பிரச்னையே இல்லை. ஆனால், அந்தப் பணம் அங்கேதான் கொஞ்சம் இழுபறி.

ஆனாலும், அவனுடைய குடும்பத்தினர் எப்படியோ கஷ்டப்பட்டு அவனை மருத்துவக் கல்லூரியில் சேர்த்துவிட்டார்கள், காலெப் ப்ராதமுடைய டாக்டர் கனவு நிஜமாகிற காலம் நெருங்கிக் கொண்டிருந்தது.

கல்லூரியிலும் ப்ராதம் நன்றாகப் படித்தான், அங்கே அவ்வப்போது கிடைக்கிற ஓய்வு நேரத்தைக்கூட அவன் வீணடிக்கவில்லை, ஏதாவது ஒரு தொழில் கற்றுக்கொள்ளலாமே என்று உள்ளூர் மருந்துக்கடையில் வேலைக்குச் சேர்ந்தான்.

இன்றைக்கு, நமக்குத் தேவையான எல்லா மருந்துகளும் கலர் கலர் மாத்திரைகளாக, கேப்ஸ்யூல்கள், டானிக்குகளாகத் தயாராகி, கச்சிதமாகப் பேக் செய்யப்பட்டு விற்பனைக்கு வருகின்றன, மருந்துக்கடைகளில் இருக்கிறவர்கள் நாம் கேட்கும் மருந்தை எடுத்துக் கொடுக்க வேண்டியதுதான்.

ஆனால் அந்தக் காலத்தில், மருந்துக்கடைகளெல்லாம் மினி ஆராய்ச்சி சாலைகளைப்போல் இயங்கிக்கொண்டிருந்தன. டாக்டர் எழுதித் தருகிற மருந்துகளை, நோயாளியின் கண் எதிரே உடனுக்குடன் தயாரித்துத் தருவார்கள்.

இதையெல்லாம், காலெப் ப்ராதம் கற்றுக்கொண்டார், பலவிதமான ரசாயனக் கலவைகளை எந்தெந்த விகிதத்தில் கலந்தால் என்னமாதிரியான மருந்துகள் கிடைக்கும் என்கிற கலை அவருக்குச் சீக்கிரத்தில் அத்துப்படியாகிவிட்டது.

வருங்கால டாக்டரான காலெப் ப்ராதமுக்கு, இந்த மருந்து கலக்கும் வேலை ரொம்பப் பிடித்திருந்தது. அவ்வப்போது வெவ்வேறு வேதிப் பொருள்களைக் கலந்து விளையாட்டுப் பரிசோதனைகள் செய்து பார்க்க ஆரம்பித்தார்.

இந்த நேரத்தில்தான், ப்ராதமின் குடும்பத்தில் ஒரு பிரச்னை - அவருடைய அப்பா ஜார்ஜ் வாஷிங்டனுக்குப் பிஸினஸில் பெரிய நஷ்டம்!

இதனால், அதுவரை ஓரளவு கௌரவமாக வாழ்ந்துகொண்டிருந்த அவர்களுடைய குடும்பம், இப்போது தாங்கமுடியாத பொருளாதாரச் சிக்கலில் மாட்டிக்கொண்டது. மூன்று வேளைச் சாப்பாட்டுக்கே வழி இல்லாத சூழ்நிலையில், மகனை டாக்டருக்குப் படிக்கவைக்கமுடியுமா?

காலெப் ப்ராதமுக்கு மருத்துவப் படிப்பைப் பாதியில் நிறுத்துவதற்கு மனமே இல்லை. ஆனால், கையில் பணம் இல்லாமல் அவரால் என்ன செய்யமுடியும்? வேறு வழியில்லாமல் கல்லூரியிலிருந்து விலகிக்கொண்டார். மீண்டும் சொந்த ஊருக்குத் திரும்பினார்.

அப்பாவின் தொழில் நொடித்துப்போய்விட்டது, இனிமேல் மகன்கள்தான் ஏதாவது வேலை செய்து குடும்பத்தைக் காப்பாற்றவேண்டும்.

பாதியில் படிப்பைக் கைவிட்ட ப்ராதமுக்கு, டாக்டர் வேலையா கிடைக்கும்? ஏதோ கிடைத்த உத்தியோகத்தில் தொற்றிக்கொண்டு நாலு காசு சம்பாதிக்கிற வழியைப் பார்க்க ஆரம்பித்தார்.

காலெப் ப்ராதமின் வாழ்க்கையிலேயே மிகவும் சிரமமான காலகட்டம் அது, கனவுகள் ததும்பும் இருபத்து மூன்று வயது, ஆனால் அந்தக் கற்பனைகளில் வாழமுடியாதபடி எதார்த்தம் கொடுமைப்படுத்தியது.

கொஞ்ச நாள் வாத்தியாராகவும், கொஞ்ச நாள் வியாபாரியாகவும் வேலை பார்த்தார் காலெப் ப்ராதம். எதிலும் அவருக்குத் திருப்தி இல்லை.

அப்போது, அவர்கள் ஊரில் மருந்துக்கடை நடத்திக் கொண்டிருந்த ஒருவர், திடீரென்று இறந்துவிட்டார். அவருடைய கடை விற்பனைக்கு வந்தது.

சட்டென்று ப்ராதமுக்கு அந்த யோசனை தோன்றியது, 'இனிமேல் என்னால் டாக்டராக முடியாது, பேசாமல் அந்த மருந்துக்கடையை வாங்கி நடத்தினால் என்ன?'

வாங்கலாம், நடத்தலாம், ஆனால் காசு யார் தருவார்கள்?

காலெப் ப்ராதம் அதைப்பற்றிக் கவலைப்படவில்லை, 'நாலு பேரிடம் கெஞ்சிக் கடன் வாங்கினாலும் பரவாயில்லை, அந்த மருந்துக்கடை எனக்கு வேண்டும்!'

எப்படியோ கஷ்டப்பட்டு அந்தக் கடையை வளைத்துப்போட்டார் காலெப் ப்ராதம். அதற்கு 'ப்ராதம் ட்ரக் கம்பெனி' என்று பெயர் சூட்டி போர்டு மாட்டிவிட்டார்.

இப்போது, அவருக்குள் பழைய உற்சாகம் திரும்பியது, மீண்டும் தனது பழைய கல்லூரிக் காலங்களுக்குள் புகுந்துவிட்டதாக உணர்ந்தார், நான்கைந்து வயது குறைந்துவிட்டவரைப்போல் மகிழ்ச்சியில் துள்ளினார்.

'நோயாளிகளுக்குச் சேவை செய்வது டாக்டர்கள் மட்டும்தானா? அவர்களுக்கு வேண்டிய மருந்துகளைத் தயாரித்துக் கொடுப்பதும் ஒரு பெரிய சேவைதானே? அதைக் கவனமாக, அக்கறையாகச் செய்வதன்மூலம் என்னாலும் இந்தச் சமூகத்துக்கு ஒரு நல்ல பங்களிப்பைத் தரமுடியும்'

அதன்பிறகு, காலெப் ப்ராதமின் முகத்தில் சோர்வைப் பார்க்கமுடியவில்லை. பழையபடி எந்நேரமும் ரசாயனக் கலவைகளோடு விளையாட ஆரம்பித்துவிட்டார் அவர்.

அந்தக் காலத்தில், பெரும்பாலான மருந்துக்கடைகளில் ஒரு சோடா ஃபௌன்டைன் இருக்கும். அங்கே சோடா கலந்த குளிர்பானங்கள் விற்கப்படுவது வழக்கம்.

கிட்டத்தட்ட, நம் ஊர் டீக்கடைகளைப்போல, இந்த சோடா ஃபௌன்டைன்களில் எப்போதும் கூட்டம் அலைமோதும், நண்பர்கள், காதலர்கள், தம்பதிகள், வயதானவர்கள் என்று எல்லாத் தரப்பினரும் ஜில்லென்று ஏதாவது அருந்தியபடி ஜாலியாக நேரம் செலவிடுவார்கள்.

சோடா ஃபௌன்டைன்களில் பரிமாறுவதற்காகவே, அந்தக் காலத்தில் நிறைய பானங்கள் கிடைத்தன. முக்கியமாக, கோக-கோலா, அப்புறம் கிட்டத்தட்ட அதேமாதிரியான நிறைய டூப்ளிகேட் 'கோலா'க்கள்.

இந்தக் கோலா சமாசாரங்கள் அனைத்தும், பெரிய பீப்பாய்களில் கெட்டியான சிரப் வடிவத்தில் விற்பனை செய்யப்பட்டன. அதை ஒரு தம்ளரில் கொஞ்சம் ஊற்றி, கார்பன் ஏற்றப்பட்ட தண்ணீரைக் கலந்தால் ஜில் பானம் ரெடி.

கோக-கோலா, மற்ற குளிர்பானங்களை மக்கள் மிகவும் விரும்பிக் குடித்தார்கள். குறிப்பாக, வெயில் காலங்களில் ப்ராதமின் மருந்துக்கடையில் ஏகப்பட்ட கூட்டம், பிரமாதமான விற்பனை!

ஆனால், காலெப் ப்ராதமுக்கு இதில் திருப்தி இல்லை. காசு நிறையக் கிடைக்கிறது என்பதற்காக, மக்களுக்குத் தப்பான ஒரு பொருளை விற்பனை செய்கிறோமே என்று வருந்தினார் அவர்.

தப்பான பொருளா? அது என்ன?

அன்றைக்குப் பிரபலமான குளிர்பானங்கள், சத்து டானிக்குகள் அனைத்திலும், கொகைன்மாதிரியான சில போதை சமாசாரங்கள் கலக்கப்பட்டன. இதனால், அதைக் குடிக்கிறவர்கள் உடனடி உற்சாகத்தை உணர்ந்தார்கள்.

போதை என்றால், ஆளை அடிக்கும் அளவுக்கு மோசமான அளவில் இல்லை. ஆனால், விஷத்தை ஒரு சொட்டு சாப்பிட்டால் போதாதா?

இன்னொரு பிரச்னை, இந்தக் குளிர்பானங்கள் தயாரிக்கப்படுகிற தொழிற்சாலைகள் தூசு, அழுக்கில் குளித்துக்கொண்டிருந்தன. எங்கேயும் ஒழுங்கான தரக் கட்டுப்பாடு கிடையாது.

இப்படிப் படுமோசமான சூழ்நிலைகளில் தயாரிக்கப்படும் பானங்கள் மட்டும் சுத்தமாக இருக்கும் என்று என்ன நிச்சயம்? இதை மக்கள் குடித்தால் அவர்கள் உடம்பு என்ன ஆகும்?

'மருந்துக்கடை' என்று பெயர் வைத்துக்கொண்டு, ஜனங்களைக் காப்பாற்றாவிட்டாலும்கூடப் பரவாயில்லை, இப்படி அவர்கள் உடல்நிலையைக் கெடுத்துக் குட்டிச்சுவராக்காமல் இருக்கலாமே!

ப்ராதம் யோசித்தார், எல்லோரும் மோசமான பானங்களைத் தயாரிக்கிறார்கள், கொஞ்சம் வித்தியாசமாக, நான் ஒரு நல்ல குளிர்பானத்தைக் கண்டுபிடித்தால் என்ன?

அதாவது, மற்ற கோலா-க்களெல்லாம் அசுத்தமான போதை சமாசாரங்களைப் பயன்படுத்தி உடம்பைக் கெடுக்கின்றன. நான் தயாரிக்கப்போகும் இந்தப் பானம், குடிப்பதற்கும் ஜோராக இருக்கும், உடலுக்கும் ரொம்ப நல்லது.

ஆனால், நிஜமாகவே அப்படி ஒரு 'நல்ல' பானத்தை உருவாக்கமுடியுமா? அப்படியே உருவாக்கினாலும், அதை எங்கே போய் எப்படி விற்பனை செய்வது? கோக-கோலா மாதிரியான பெருந்தலைகளுடன் நம்மால் போட்டியிட முடியுமா? அவர்களுக்கு விஷயம் தெரிந்தால் இந்தப் புதிய பானத்தை அப்படியே நசுக்கி எறிந்துவிடமாட்டார்களா?

காலெப் ப்ராதம் அதைப்பற்றியெல்லாம் கவலைப்படவில்லை. அவருடைய சிந்தனையில் ஒரு புது விஷயம் தோன்றிவிட்டது, இனிமேல் அவரால் சும்மா உட்கார்ந்திருக்கமுடியாது, அவ்வளவுதான்.

அடுத்த பல நாள்கள், ராப்பகலாகப் பரிசோதனை முயற்சிகளில் இறங்கினார் காலெப் ப்ராதம். ஒவ்வொருமுறையும் விதவிதமான பானங்கள் அவருக்குக் கிடைத்துக்கொண்டிருந்தன.

இந்தப் பானங்களெல்லாம் ப்ராதம் மருந்துக்கடைக்கு வருகிற ரெகுலர் வாடிக்கையாளர்களுக்கு வழங்கப்பட்டன, 'புது ட்ரிங்க், எப்படி இருக்கு?' ஆவலுடன் அவர்களை விசாரித்தார் காலெப் ப்ராதம்.

'ம்ஹூம், இனிப்பு ஜாஸ்தி, இருமல் மருந்துமாதிரி தித்திக்குது'

'அச்சச்சோ, அநியாயத்துக்குக் கசக்குது'

'சப்-புன்னு இருக்கு'

'இதைக் குடிச்சா தூக்கம்தான் வருது'

மக்கள் விதவிதமான விமர்சனங்களைச் சொல்லி உதட்டைப் பிதுக்கினார்கள். ப்ராதமுக்கு ஏமாற்றம்.

ஆனாலும், அவர் சளைக்கவில்லை, மக்களின் கருத்துகளைக் கவனமாகக் குறித்துவைத்துக்கொண்டார், அதன் அடிப்படையில் தனது ஃபார்முலாவில் மாற்றங்களைச் செய்து பார்த்தார்.

காலெப் ப்ராதமின் நோக்கம், அசுத்தங்கள், போதைப் பொருள்கள் எவையும் இல்லாத ஒரு குளிர்பானக் கலவையைத் தயாரிக்கவேண்டும்; அதைக் குடித்தவுடன் மக்கள் புத்துணர்ச்சி பெறவேண்டும்; திருப்தியாகப் புன்னகை செய்யவேண்டும். அப்படி ஒரு திரவத்துக்கான மேஜிக் ஃபார்முலாவைத்தான் தொடர்ந்து தேடிக்கொண்டிருந்தார் அவர்.

3. சென்ற இடமெல்லாம் 'சிரப்'பு

'ஜேம்ஸ்'

காலெப் ப்ராதமின் குரல் கேட்டு அவருடைய உதவியாளன் ஜேம்ஸ் ஹென்றி கிங் *(James Henry King)* அவசரமாக ஓடிவந்தான், 'சொல்லுங்க சார், என்ன விஷயம்?'

தன் கையிலிருந்த கோப்பையை அவனிடம் நீட்டினார் காலெப் ப்ராதம், 'ஜேம்ஸ், இன்னிக்கு ஒரு புது ஃபார்முலா முயற்சி பண்ணியிருக்கேன், இதைக் குடிச்சுப் பாரு, எப்படி இருக்குன்னு சொல்லு!'

கடந்த சில மாதங்களில், ஜேம்ஸ்க்கு இந்தக் கூத்து நன்றாகப் பழகிப்போயிருந்தது. காலெப் ப்ராதம் விதவிதமான ரசாயனக் கலவைகளைக் கூட்டணி சேர்த்துப் பானங்களை உருவாக்குவார், அதையெல்லாம் அவர் குடித்துப் பார்க்கிறாரோ இல்லையோ, மற்றவர்கள் குடிக்கவேண்டும், கருத்து சொல்லவேண்டும்.

ஜேம்ஸ் ஹென்றி கிங் இளைஞன், உற்சாகமாக வேலை செய்யக்கூடியவன். காலெப் ப்ராதம் எவ்வளவு நேரம் ஆராய்ச்சியில் மூழ்கியிருந்தாலும் சரி, நிமிர்ந்து பார்க்கும்போது ஜேம்ஸ்தான் அவருடைய கண்ணில் படுவான்.

இதனால், காலெப் ப்ராதம் உருவாக்குகிற புதிய பானங்கள் ஒவ்வொன்றையும் முதன்முறையாகச் சுவைத்துப் பார்க்கும் பொறுப்பு(?) பெரும்பாலும் ஜேம்ஸ் தலையில்தான் விழுந்தது. கிட்டத்தட்ட அவனை ஒரு நிரந்தரப் பரிசோதனை எலியைப்போல்தான் பயன்படுத்திக்கொண்டிருந்தார் ப்ராதம்.

காலெபைப் பொறுத்தவரை, ஜேம்ஸ்மாதிரியான இளைஞர்கள்தான் அன்றைய அமெரிக்கச் சமூகத்தின் பிரதிநிதிகள். அவர்கள் ஒரு குளிர்பானத்தை விரும்புகிறார்கள் என்றால், அது மற்றவர்களுக்கும் பிடிக்கும், அவர்களுக்குப் பிடிக்கவில்லை என்றால், பெரும்பாலானோர் அதை ஏற்றுக்கொள்ளமாட்டார்கள் என்று அவர் உறுதியாக நம்பினார்.

அன்றைக்கு, 1898ம் வருடம் ஆகஸ்ட் மாதம் 28ம் தேதி. காலெப் ப்ராதம் தன்னுடைய புதிய பானத்தை ஜேம்ஸ் கையில் கொடுத்தார், 'குடி' என்று ஆவலுடன் அவன் முகத்தைப் பார்க்க ஆரம்பித்தார்.

ஜேம்ஸ் ஹென்றி கிங் இதுபோல் எத்தனையோ 'புது'க் கண்டுபிடிப்புகளைப் பார்த்துவிட்டான், பத்தோடு பதினொன்று, அத்தோடு இதுவும் ஒன்று, பெரிதாக எந்த எதிர்பார்ப்பும் இல்லாமல் மெல்ல அதைச் சுவை பார்த்தான்.

ஆச்சர்யமான விஷயம், இந்தமுறை அது வெறும் குளிர்பானமாக இல்லை, வழக்கத்துக்கு மீறிய ஏதோ ஒரு விஷயம் அதில் கலந்திருப்பதாகத் தோன்றியது, ரொம்பவும் புத்துணர்ச்சியாக உணர்ந்தான் அவன்.

'எப்படியிருக்கு ஜேம்ஸ்?' ஆர்வத்தோடு கேட்டார் காலெப் ப்ராதம்.

ஜேம்ஸுக்கு சரியாகச் சொல்லத் தெரியவில்லை. ஆனால், மற்ற பானங்களைவிட இதில் என்னவோ விசேஷம் இருக்கிறது என்பதுமட்டும் அவனுக்கு உறுதியாகத் தோன்றியது.

காலெப் ப்ராதம் உற்சாகத்தில் மிதந்தார், உடனடியாக இந்தப் பானத்தைப் பலருக்குக் கொடுத்துப் பரிசோதனை செய்யவேண்டும் என்று துடித்தார்.

அன்றைக்கு, ப்ராதம் மருந்துக்கடை / சோடா ஃபௌன்டைன்க்கு வந்த எல்லோருக்கும் அந்தப் பானம் வழங்கப்பட்டது, குடித்துப் பார்த்த அனைவருமே, ஒருவிதமான வித்தியாச உணர்வை அனுபவித்தார்கள், ‘நாக்குக்கும் மனசுக்கும் ரொம்ப இதமா இருக்கு’ என்றார்கள்.

கடைசியாக, காலெப் ப்ராதமின் பல மாத உழைப்புக்குப் பலன் கிடைத்துவிட்டது. போதை சமாசாரங்கள் இல்லாத, வயிற்றுக்கும் உடம்புக்கும் கெடுதல் செய்யாத, அதேசமயம் சுவையில் குறைவைக்காத, தாகத்தைத் தணிக்கக்கூடிய ஒரு நல்ல பானத்தைக் கண்டுபிடித்துவிட்டார் அவர்.

அடுத்த சில வாரங்களில், அந்தப் பானம் ப்ராதம் சோடா ஃபௌன்டைனின் விசேஷ அம்சமாகிவிட்டது. அக்கம்பக்கத்தில் இருக்கிறவர்களெல்லாம் இதற்காகவே அந்தக் கடையைத் தேடி வந்தார்கள், ‘அந்த ஸ்பெஷல் ட்ரிங்க், அதைக் கொடுங்க’ என்று கேட்டு வாங்கிப் பருகினார்கள்.

ஆரம்பத்தில், அந்த விசேஷ பானம் ‘ப்ராட்’ஸ் ட்ரிங்க்’ (*Brad's Drink*) என்றுமட்டும் அழைக்கப்பட்டது. பின்னர் அது நன்கு பிரபலமாகத் தொடங்கிய சூழ்நிலையில், காலெப் ப்ராதம் அதற்கு வேறு ஒரு நல்ல பெயர் சூட்ட விரும்பினார்.

அப்போது கோக-கோலாதான் குளிர்பான மார்க்கெட்டை ஆட்சி செய்துகொண்டிருந்தது. கிட்டத்தட்ட அதேமாதிரியான ஒரு பெயர் வேண்டும், அதேசமயம் அந்தப் பெயரிலேயே இந்தப் பானத்தின் தனித்துவம் தெரியவேண்டும் என்று நினைத்தார் காலெப் ப்ராதம்.

இதற்காக அவர் தேர்ந்தெடுத்த பெயர், ‘பெப்ஸி’.

கிரேக்க மொழியில் ‘பெப்ஸிஸ்’ (*Pepsis*) என்றால், ஜீரணம்/ செரிமானம் என்று அர்த்தம். இதனால்தான், நம்முடைய உடம்பில் செரிமானத்துக்கு உதவக்கூடிய என்சைம்களில் ஒன்றுக்கு ‘பெப்ஸின்’ (*Pepsin*) என்று பெயர் சூட்டப்பட்டிருக்கிறது.

காலெப் ப்ராதம் தயாரித்த அந்தப் புதிய குளிர்பானத்தில், பெப்ஸின் பயன்படுத்தப்படவில்லை. ஆனால், நன்றாகச் சாப்பிட்டபிறகு அதைக் குடித்தால் சீக்கிரத்தில் ஜீரணமாகும் என்று பலர் நம்பினார்கள்.

ஆகவே, தன்னுடைய குளிர்பானத்துக்கு 'பெப்ஸி-கோலா' என்று பெயர் சூட்டினார் காலெப் ப்ராதம். பின்னர் பல ஆண்டுகள் கழித்து, அது வெறும் 'பெப்ஸி'யாகச் சுருங்கிவிட்டது.

பெப்ஸிக்குப் பெயர் சூட்டப்படுவதற்கு முன்பாகவே, அது ரொம்பப் பிரபலமாகிவிட்டது. அக்கம்பக்கத்துக் கடைக்காரர்களுக்கெல்லாம், 'எங்களுக்கும் பெப்ஸி வேணும்' என்று காலெப் ப்ராதமை நச்சரிக்க ஆரம்பித்தார்கள்.

ஆனால், அவர்களெல்லாம் காலெப் ப்ராதமின் போட்டியாளர்கள் இல்லையா? அவர்களுக்கெல்லாம் பெப்ஸி தயாரித்துக்கொடுத்தால் இவருடைய தொழில் நஷ்டம் ஆகிவிடாதா?

இந்தக் கேள்விக்குப் பதில் தெரியவேண்டுமென்றால், கோலா குளிர்பானத் தொழில் எப்படி நடக்கிறது என்பதை நாம் புரிந்துகொள்ளவேண்டும்.

பெப்ஸி கிடக்கட்டும், சின்னப் பிள்ளை, அதற்குப் பல வருடம் முன்பாகவே இந்தத் துறையில் பழம் தின்று கொட்டை போட்ட கோக-கோலாவை உதாரணமாக எடுத்துக்கொள்வோம்.

ஆரம்பத்தில் கோக-கோலாவும் ஒரு சின்ன மருந்துக்கடையில்தான் தயாரிக்கப்பட்டது, அங்கேமட்டும்தான் பரிமாறப்பட்டது.

இதனால், கோக-கோலா குடிக்க விரும்புகிறவர்கள் அந்தக் கடையைத்தான் தேடிப் போகவேண்டும், வேறு எங்கேயும் கோக-கோலா கிடைக்காது.

ஆனால், ஒரு கடை என்பது எத்தனை பெரிதாக இருக்கமுடியும்? ஒரு நேரத்தில் பத்துப் பேர், இருபது பேர், மிஞ்சிப்போனால் ஐம்பது, நூறு பேர் அங்கே போய் கோக-கோலா குடிக்கலாம்.

மற்றவர்கள்?

அதுமட்டுமில்லை, அந்தக் கடை உள்ள பகுதியைச் சேர்ந்தவர்கள் அங்கேயே எப்போது வேண்டுமானாலும் கோக-கோலா குடிப்பார்கள். மற்ற பகுதிகளில், வேறு ஊர்களில், வெளிநாடுகளில் வாழ்கிறவர்கள்? அவர்களெல்லாம் வேறு வழியில்லாமல் மற்ற குளிர்பானங்களைக் குடிக்க ஆரம்பித்துவிட்டால், கோக-கோலாவுக்குதானே நஷ்டம்?

இந்தப் பிரச்னையைத் தீர்ப்பதற்கு ஒரே ஒரு வழிதான் - கோக-கோலா ஒரு கடையில்மட்டும் கிடைத்தால் போதாது, எல்லாக் கடைகளிலும், எல்லா ஊர்களிலும், எல்லா நாடுகளிலும் கிடைக்கவேண்டும், அதற்கு என்ன செய்யலாம்?

ரொம்பச் சுலபம், கோக-கோலா நிறுவனம் பானம் தயாரிப்பதை நிறுத்தவேண்டும், அதற்குப் பதிலாக சிரப் தயாரிக்கத் தொடங்கவேண்டும்.

அதாவது, நானே உட்கார்ந்து இட்லி சுட்டால் ஒரு நாளைக்கு நூறு இட்லிதான் கிடைக்கும், அதற்குப் பதிலாக இட்லி மாவு அரைத்து விற்பனை செய்தால்? ஊர்முழுக்க அதை வாங்கிச் சென்று ஆயிரக்கணக்கில், லட்சக்கணக்கில் இட்லி சுடுவார்களில்லையா?

கோக-கோலா அதைத்தான் செய்தது, தன்னுடைய ஸ்பெஷல் பானத்தின் மூலப் பொருளான சிரப்பைமட்டும் அதிக எண்ணிக்கையில் தயாரித்து விற்பனை செய்தார்கள். இதைப் பல மருந்துக்கடைக்காரர்கள், சோடா ஃபௌன்டைன் முதலாளிகள் வாங்கிக்கொண்டார்கள்.

இதனால், ஊர்முழுக்க, நாடுமுழுக்க, அப்புறம் உலகம்முழுக்க கோக-கோலா சிரப் பயணம் செய்தது. அந்தந்த ஊர்களில் உள்ள கடைக்காரர்கள் இந்த சிரப்புடன் தேவையான அளவு தண்ணீர் கலந்து ஜில்லென்று பரிமாறினார்கள், அல்லது பாட்டிலில் அடைத்துக் கடைகளில் விற்பனை செய்தார்கள்.

இதன் அர்த்தம், கோக-கோலா எங்கேயும் கிடைக்கிறது, மக்கள் அதைத் தேடி அலையவேண்டியதில்லை, எப்போது வேண்டுமானாலும் பக்கத்தில் இருக்கிற சோடா ஃபௌன்டைன் அல்லது கடைக்குச் சென்று வாங்கிக் குடிக்கலாம்.

இந்தச் சவுகர்யத்தால், மக்கள் இன்னும் இன்னும் நிறைய கோக-கோலா குடித்தார்கள், கடைக்காரர்கள் இன்னும் இன்னும் நிறைய கோக-கோலா சிரப் வாங்கினார்கள், அந்த நிறுவனத்துக்கு லாபம் குவிந்தது.

இதுதான் ஃபார்முலா, கோக-கோலா இதைப் பின்பற்றிதான் பிரம்மாண்டமாக வளர்ந்தது, இனிமேல் வரப்போகும் நிறுவனங்களும் இதைக் காப்பியடித்துதான் தீரவேண்டும், வேறு வழியே இல்லை.

அன்றைக்குக் கோக-கோலாவுடன் ஒப்பிடும்போது பெப்ஸி ஒரு தக்கனூண்டு குளிர்பானம். ஒருகாலத்தில் அது கோக-கோலாவின் சட்டையைப் பிடித்துக் கேள்வி கேட்கும் என்றெல்லாம் காலெப் ப்ராதமே அப்போது எதிர்பார்த்திருக்கமாட்டார்.

அவரால் முடிந்தது, ஒரு சின்னக் கடைக்குள் இருந்த பெப்ஸியை, பெரிய வட்டத்துக்குக் கொண்டுசெல்ல முடிவு செய்தார். அதிக அளவில் பெப்ஸி சிரப் தயார் செய்து விற்பனை செய்ய ஆரம்பித்தார்.

இதற்காக, ப்ராதம் மருந்துக்கடை ஒரு புதிய அவதாரம் எடுத்தது, பெப்ஸி தயாரிக்கத் தேவையான மூலப்பொருள்களை மூட்டை மூட்டையாக வாங்கி அடுக்கினார் காலெப் ப்ராதம், அங்கேயே அடுப்பு வைத்து பெப்ஸி சிரப் தயாரிக்கப்பட்டது, பெரிய பாத்திரங்கள், குடுவைகள், பீப்பாய்களில் ஊற்றப்பட்டது, அக்கம்பக்கத்துக் கடைகளுக்கு அனுப்பப்பட்டது.

அன்றைக்கு அமெரிக்காவில் குளிர்பானம் என்றாலே கோக-கோலாதான், மற்ற பானங்கள் அனைத்தும் புலியைப் பார்த்துச் சூடு போட்டுக்கொண்ட பூனைகளாகத்தான் மக்கள் நினைத்தார்கள்.

ஆனால், காலெப் ப்ராதமின் பெப்ஸி-கோலாவுக்கு ஆரம்பத்திலிருந்தே நல்ல வரவேற்பு இருந்தது. இதற்கு ஒரு முக்கியமான காரணம் உண்டு.

அப்போது மார்க்கெட்டில் இருந்த மற்ற கோலா நிறுவனங்கள் எல்லாமே, எப்படியாவது கோக-கோலாவை மாதிரி ஒரு பானத்தை உருவாக்கிவிடவேண்டும் என்றுதான் துடித்தார்கள், அவர்களுடைய பானங்கள் அனைத்தும் கிட்டத்தட்ட கோக-கோலா மாதிரியான சுவையில்தான் இருந்தன.

ஆக, இந்த டுபாக்கூர் பானங்களை வாங்கிப் பருகுவதும் ஒன்று, அதே விலைக்குக் கோக-கோலா குடிப்பதும் ஒன்று, ஒரிஜினல் இருக்க, நான் ஏன் டூப்ளிகேட்டை வாங்கவேண்டும்?

இங்கேதான் பெப்ஸி வித்தியாசப்பட்டு நின்றது. காலெப் ப்ராதம் கோக-கோலாவைக் காப்பியடிக்கவேண்டும் என்று நினைக்கவில்லை. ஆகவே, அவருடைய பானம் முற்றிலும் மாறுபட்ட ஒரு வித்தியாசமான சுவையில் இருந்தது.

இதனால், பெப்ஸி குடித்த மக்கள் அதன் பெயரை மறந்தாலும், சுவையை மறக்கவில்லை, ‘அன்னிக்குப் புதுசா ஏதோ ஒரு ட்ரிங்க் கொடுத்தீங்களே, அது இருக்கா?’ என்று விசாரிக்க ஆரம்பித்தார்கள்.

அதுமட்டுமில்லை, கோக-கோலா மட்டுமே பருகிக்கொண்டிருந்த ஜனங்கள், ஒரு மாற்றத்துக்கு, வேறு ஏதாவது பானம் இருக்கிறதா என்று கேட்டால், கடைக்காரர்கள் முதலில் பெப்ஸியைத்தான் சிபாரிசு செய்தார்கள்.

இப்படிப் பல காரணங்களால், பெப்ஸி-கோலா அறிமுகப்படுத்தப்பட்ட முதல் மூன்று ஆண்டுகளில் அதன் விற்பனை மிகப் பெரிய அளவில் உயர்ந்தது. கோக-கோலாவுடன் போட்டி போடும் அளவுக்கு இல்லாவிட்டாலும், தான் ஒரு வெற்றிகரமான குளிர்பானத்தை உருவாக்கிவிட்டோம் என்று காலெப் ப்ராதமுக்குப் புரிந்தது.

இனிமேலும், பெப்ஸி-கோலாவை ஒரு சின்ன மருந்துக்கடைக்குள் தயாரித்துக்கொண்டிருக்கமுடியாது, பெரிய தொழிற்சாலை அமைக்கவேண்டும், சிரப் உற்பத்தியைப் பெருக்கவேண்டும், நாடுமுழுவதும் எல்லா இடங்களிலும் பெப்ஸி-கோலா தடையின்றிக் கிடைக்கும்படி நெட்வொர்க் அமைக்கவேண்டும், மக்கள் மனத்தில் இந்த பிராண்ட் பெயர் அழுத்தமாகப் பதியும்படி விளம்பரப்படுத்தவேண்டும், இப்படி இன்னும் ஏகப்பட்ட விஷயங்களைச் செய்யவேண்டியிருக்கிறது, இத்தனையையும் காலெப் ப்ராதம் தனி ஆளாகச் செய்துமுடிப்பது சாத்தியமே இல்லை!

அதுமட்டுமில்லை, பெப்ஸியின் அடுத்த கட்ட வளர்ச்சிக்குக் கூடுதல் பண முதலீடு தேவைப்படும், அதற்கும் ஒரு வழி பண்ணவேண்டும்.

காலெப் ப்ராதம் பலவிதமாக யோசித்தபிறகு, ஒரு முடிவுக்கு வந்தார் - 1902ம் வருடம் டிசம்பர் 24ம் தேதி, 'தி பெப்ஸி-கோலா கம்பெனி' என்ற நிறுவனம் முறைப்படி தொடங்கிவைக்கப்பட்டது.

4. ஐம்பது மடங்கு வளர்ச்சி

ஆரம்ப காலத்தில், கோலா பானங்கள் சோடா ஃபௌன்டைன்களில் மட்டும்தான் விற்கப்பட்டன.

இதனால், தாகம் எடுத்தவர்களும், குளிர்பானப் பிரியர்களும் பக்கத்தில் இருக்கிற சோடா ஃபௌன்டைனுக்குதான் 'தீர்த்த யாத்திரை' போகவேண்டும். அவர்கள் மனத்துக்குப் பிடித்த பானத்தை வேறு எங்கேயும் வாங்கிக் குடிக்கிற வசதி இல்லை.

இதில் ஒரு பெரிய பிரச்னை, எல்லா ஊர்களிலும், எல்லாப் பகுதிகளிலும் சோடா ஃபௌன்டைன்கள் இருக்காது. சிறிய ஊர்கள், கிராமங்களில் வாழும் மக்கள் கோலா பானங்களைக் குடிக்க விரும்பினால் என்ன செய்வார்கள்?

இந்தத் தொல்லைக்கு ஒரு சுலபமான தீர்வு, குளிர்பானங்களை பாட்டில்களில் அடைத்து விற்பனை செய்வது.

இதன்மூலம், கோலா பானங்கள் எங்கு வேண்டுமானாலும் விற்பனைக்குக் கிடைக்கும், யாரும் சிரப்பை அளவு பார்த்துச் சரியாகக் கலந்து பரிமாறவேண்டிய அவசியம் இல்லை, நினைத்த நேரத்தில், நினைத்த இடத்தில் ஒரு பாட்டிலை வாங்கித் திறந்து அப்படியே குடிக்கவேண்டியதுதான்.

அதுமட்டுமில்லை, பாட்டில்களை நாடுமுழுக்க எங்கே வேண்டுமானாலும் கொண்டு செல்லலாம். குக்கிராமங்களில்கூட ஐஸ் பெட்டி வைத்து கோக-கோலாவும் பெப்ஸியும் விற்கலாம்!

இப்படி பாட்டில் பானங்களில் ஏகப்பட்ட சவுகர்யங்கள் இருந்தாலும்கூட, அன்றைய கோலா நிறுவனங்கள் அதில் கால் பதிக்கத் தயங்கினார்கள். அதற்குப் பல நியாயமான காரணங்கள் உண்டு.

முதலாவதாக, அன்றைக்கு பாட்டில் தொழில்நுட்பம் அப்படியொன்றும் குறிப்பிட்டுச் சொல்லும்படி வளர்ந்திருக்க வில்லை, அதில் கோலாக்களை அடைத்துவைத்து நாடுமுழுவதும் அனுப்புவது எவ்வளவு தூரம் சாத்தியம் என்று யாருக்கும் நிச்சயமாகத் தெரியவில்லை.

அடுத்தபடியாக, இந்த பாட்டில்களைக் கச்சிதமாக மூடி, சீல் செய்கிற தொழில்நுட்பமும் அரைகுறையாகத்தான் இருந்தது. இதனால், கோலா பானத்தின் தன்மையே மாறிப்போய் 'சப்'பென்று ஆகிவிடுகிற அபாயம் உண்டு.

இதனால், பாட்டில்களில் கோலாவை விற்றால், அதன்மூலம் நன்மையைவிடக் கெடுதல்தான் ஜாஸ்தி என்று பலர் நினைத்தார்கள். கோக-கோலா மாதிரியான பெரிய நிறுவனங்கள் கூட இந்த விஷயத்தில் தைரியமாகக் கால் வைக்கத் தயங்கின.

காலெப் ப்ராதமைப் பொறுத்தவரை, அவர் எப்போதும் புதிய முயற்சிகளுக்குத் தயாராக இருந்தார். பெப்ஸியை நாடுமுழுக்கக் கொண்டு செல்ல பாட்டில்கள் பயன்படும் என்பது அவருடைய கட்சி.

ஆனால், ப்ராதம் மருந்துக்கடையில் பெப்ஸி சிரப் தயாரிக்கவே இடம் போதவில்லை, இன்னும் பெப்ஸி தயாரித்து அதை பாட்டில்களில் அடைப்பது எப்படி?

பக்கத்திலேயே ஒரு பெரிய தொழிற்சாலையை வாங்கிப்போட்டார் காலெப் ப்ராதம். அங்கே பெப்ஸி தயாரிப்பதற்கான ஏற்பாடுகள் தொடங்கின.

ஒருபக்கம் புதிய தொழிற்சாலை தயாராகிக்கொண்டிருக்கும்போதே, இன்னொருபக்கம் காலெப் ப்ராதம் தீவிர யோசனையில் இறங்கியிருந்தார், பெப்ஸியின் விற்பனையை அடுத்த கட்டத்துக்குக் கொண்டுசெல்வது எப்படி?

முதலில், மக்கள் ஒரு சோடா ஃபௌன்டைனுக்குச் சென்றால் என்ன செய்கிறார்கள்?

பெரும்பாலானோர் 'கோக-கோலா கொடு', 'பெப்ஸி கொடு' என்றெல்லாம் பெயர் சொல்லிக் கேட்பது இல்லை, 'ஜில்லுன்னு ஏதாவது கொடுப்பா' என்றுதான் பொதுவாகச் சொல்கிறார்கள்.

இப்போது, அந்த சோடா ஃபௌன்டைன் ஊழியர் உடனடியாகக் கோக-கோலாவைத் தயாரித்துக் கொடுத்துவிடுகிறார், மக்களும் அதன் பெயரைக்கூடக் கேட்காமல் குடித்துவிடுகிறார்கள்.

ஒருவேளை, அந்த ஊழியர் கோக-கோலாவுக்குப் பதில் பெப்ஸியையோ, அல்லது வேறொரு குளிர்பானத்தையோ கொடுத்தால்? அப்போதும் மக்கள் எந்த வித்தியாசமும் தெரியாமல் சந்தோஷமாகக் குடிப்பார்கள், அதில் சந்தேகமே இல்லை.

ஆக, பெப்ஸி-கோலா சோடா ஃபௌன்டைன்காரர்களை நம்பிப் பிழைக்கமுடியாது, இப்படி 'ஏதாவது ஒரு கோலா கொடுப்பா' என்று பொதுவாகக் கேட்கும் வாடிக்கையாளர்களையும் நம்புவதற்கில்லை.

அதற்குப் பதிலாக, வாடிக்கையாளர்கள் 'எனக்கு பெப்ஸிதான் வேணும்' என்று கேட்கிற ஒரு சூழ்நிலையை உருவாக்கவேண்டும், அப்போது சோடா ஃபௌன்டைன் ஊழியர்களுக்கு வேறு வழியே இல்லை, அவர்கள் பெப்ஸியைத்தான் தயாரித்துப் பரிமாறவேண்டும், அல்லது பெப்ஸி பாட்டிலை எடுத்துக் கொடுத்தாக வேண்டும்.

சுருக்கமாகச் சொன்னால், பெப்ஸியின் சுவைகூட இரண்டாம் பட்சம்தான், மக்களுக்கு அதன் பெயர் தெரிந்திருக்கிறதா என்பதுதான் ரொம்ப முக்கியம்!

இங்கேதான் விளம்பரங்கள், மார்க்கெட்டிங் மிகவும் அவசியமாகின்றன. பெப்ஸி என்ற பெயரில் ஒரு குளிர்பானம் இருக்கிறது என்கிற தகவல் மக்களுக்குத் தெரியவேண்டும். அடுத்தமுறை சோடா ஃபௌன்டைனுக்குச் செல்கிறபோது, 'எனக்கு ஒரு பெப்ஸி கொடு' என்று அவர்களாகவே கேட்கவேண்டும், அல்லது மளிகைக் கடையில், சூப்பர் மார்க்கெட்டில் பெப்ஸி பாட்டில் எங்கே என்று தேடவேண்டும். விளம்பரங்களால் மட்டுமே இதனைச் சாதிக்கமுடியும்!

அடிப்படையில் காலெப் ப்ராதம் ஒரு படிப்பாளி, மருந்துக்கடைக்காரர், ரசாயனக் கலவைகள்மீது பிரியம் கொண்டவர், ஆகவே, பெப்ஸியின் ஆரம்ப கால விளம்பரங்கள் அதை ஒரு மருந்து சமாசாரமாகவே குறிப்பிட்டன.

'பெப்ஸி-கோலா' என்கிற பெயரே, 'உணவு எளிதில் ஜீரணமாக உதவுகிற மருந்து' என்கிற அர்த்தத்தில்தான் பயன்படுத்தப்பட்டது, 'சுவையான, அதேசமயம் உடம்புக்கு நல்ல பானம்' என்று தன்னுடைய விளம்பரங்களில் திரும்பத் திரும்பக் குறிப்பிட்டார் காலெப் ப்ராதம்.

இதுவும், கோக-கோலாவின் ஃபார்முலாதான். ஆரம்ப காலத்தில் அந்த நிறுவனம் ரொம்பப் பெரிய அளவில் வளர்வதற்குப் பத்திரிகை, சுவர் விளம்பரங்கள்தான் மிகவும் உதவியாக இருந்தன.

இப்போது, அதே சூத்திரம் பெப்ஸி-கோலாவின் வளர்ச்சிக்கும் பயன்பட்டது. பத்திரிகைகளில் வெளியான பெப்ஸி விளம்பரங்களின் மூலம் மேலும் மேலும் அதிக மக்கள் பெப்ஸியைத் தேடிக் குடிக்க ஆரம்பித்தார்கள், சிரப் விற்பனை படிப்படியாக அதிகரித்தது.

இதற்குள், புதிய தொழிற்சாலையும் தயாராகிவிட்டது. ஒவ்வொரு மாதமும் முன்பைவிட அதிக பெப்ஸி சிரப் உற்பத்தி செய்துகொண்டிருந்தார் காலெப் ப்ராதம்.

இந்தக் காலகட்டத்தில் பெப்ஸி எந்த அளவு விரைவாக வளர்ந்தது என்பதைப் புரிந்துகொள்வதற்கு ஒரு சின்னப் புள்ளிவிவரத்தைப் பார்க்கலாம்.

'பெப்ஸி-கோலா நிறுவனம்' தொடங்கப்பட்டபோது, அதாவது 1902ம் ஆண்டில் பெப்ஸி சிரப் விற்பனை, 2000 காலன்கள். இங்கே ஒரு காலன் என்பது, சுமார் மூன்றே முக்கால் லிட்டர்கள்.

அடுத்த வருடம் (1903), பெப்ஸி சிரப் விற்பனை நான்கு மடங்கு உயர்ந்திருந்தது. அதாவது, 8000 காலன்கள்.

1904ல், இந்த விற்பனை இருபதாயிரம் காலன்களாகப் பெருகியது, அடுத்த மூன்று ஆண்டுகளில் இன்னும் பெரிய வளர்ச்சி, 1907ல் பெப்ஸி சிரப் விற்பனை ஒரு லட்சம் காலன்களைத் தாண்டிவிட்டது.

ஆக, ஜஸ்ட் ஐந்து வருடங்களுக்குள் பெப்ஸி சிரப் விற்பனை கிட்டத்தட்ட ஐம்பது மடங்கு அதிகரித்திருக்கிறது. அப்படியானால், மக்களிடையே இந்தப் புதிய பானத்துக்கு எப்பேர்ப்பட்ட வரவேற்பு இருந்திருக்கும் என்பதை ஊகித்துக்கொள்ளலாம்.

இந்த வரவேற்பு, தானாக வந்தது இல்லை, ஒவ்வொரு வருடமும் பல ஆயிரம் டாலர்கள் செலவழித்து விளம்பரம் செய்தார் காலெப் ப்ராதம், எப்படியாவது 'பெப்ஸி' என்கிற பெயர் மக்கள் மத்தியில் பிரபலமாகிவிட்டால் அதன்பிறகு லாபத்தை நன்றாக அறுவடை செய்துவிடலாம் என்பது அவருடைய திட்டம்.

இதற்காக காலெப் ப்ராதம் உருவாக்கிய விற்பனைப் பிரதிநிதிகள் கடுமையாக உழைத்தார்கள். மற்ற கோலாக்களில் இருந்து பெப்ஸியை வித்தியாசப்படுத்திக் காட்டுகிற பல விளம்பரங்கள் தயாரிக்கப்பட்டன.

ஆனால், வெறுமனே விளம்பரம் செய்தால்மட்டும் போதாது, நாடுமுழுவதும் பெப்ஸி தடையின்றிக் கிடைக்கவேண்டும். அதற்கு என்ன வழி?

அதுவரை பெப்ஸி சிரப் தயாரிப்பு, விற்பனையில்மட்டும் கவனம் செலுத்திக்கொண்டிருந்த காலெப் ப்ராதம், இப்போது

அமெரிக்காவின் பல்வேறு மாகாணங்களுக்கு பெப்ஸியைக் கொண்டுசெல்லக்கூடிய உள்ளூர்ப் பிரதிநிதிகளைத் தேட ஆரம்பித்தார்.

இந்தப் பிரதிநிதிகள் எல்லோரும், பெப்ஸி நிறுவனத்தின் கூட்டாளிகள், இவர்களுடைய வேலை, பெப்ஸி சிரப் வாங்கி, அத்துடன் தண்ணீர், தேவையான மற்ற பொருள்களைக் கலந்து பாட்டில்களில் அடைத்து விற்பனை செய்வது. இதனாலேயே இவர்களை 'பாட்லர்ஸ்' (Bottlers) என்று அழைப்பார்கள்.

1905ம் ஆண்டில் தொடங்கி, பெப்ஸி நிறுவனம் இந்த விஷயத்தில் தீவிர கவனம் செலுத்த ஆரம்பித்தது. அமெரிக்கா முழுக்க ஒரு பெரிய பாட்லர் நெட்வொர்க் உருவாக்கிவிடவேண்டும் என்கிற நோக்கத்துடன் உழைத்துக்கொண்டிருந்தார் காலெப் ப்ராதம்.

இதன்மூலம், பெப்ஸி நிறுவனத்துக்கு இரட்டை லாபம் - ஒன்று, பெப்ஸி பாட்லர் நிறுவனங்களின் எண்ணிக்கை அதிகரித்தால், அதன்மூலம் அவர்களுடைய சிரப் விற்பனையும் கூடும், இன்னொன்று, இந்த பாட்லர் நிறுவனங்கள் அந்தந்த உள்ளூரில் நிறையப் பணம் முதலீடு செய்வார்கள், பெப்ஸி பானத்தை அவர்களே விளம்பரப்படுத்திப் பிரபலமாக்குவார்கள், எல்லாக் கடைகளுக்கும் அது சென்று சேரும்படி பார்த்துக்கொள்வார்கள், ப்ராதமுக்கு ஒரு பெரிய தலைவலி மிச்சம்!

இப்படியாக, ஒரு சிறிய மருந்துக்கடையில் தொடங்கிய பெப்ஸி அலை, இப்போது ஒட்டுமொத்த அமெரிக்காவையும் நனைக்க ஆரம்பித்திருந்தது. அநேகமாக எல்லா முக்கிய நகரங்களிலும் பெப்ஸி கிடைத்தது, விற்பனையும் தொடர்ந்து கணிசமாகப் பெருகிக்கொண்டிருந்தது.

ஆனால் ஒன்று, இப்போதும், கோக-கோலா நிறுவனத்தை எட்டிப் பிடிக்கும் நிலைமையில் பெப்ஸி-கோலா இல்லை, அவர்களுடைய கோணத்திலிருந்து பார்க்கும்போது, இது ஒரு பெரிய வளர்ச்சி, அவ்வளவுதான்.

இந்த விஷயத்தைத் திரும்பத் திரும்பச் சொல்வதற்குக் காரணம்

இருக்கிறது. பெப்ஸி-கோலாவின் ஆரம்ப காலம் மிகவும் தடுமாற்றங்கள் நிறைந்தது. அதனால்தான், அப்போது அவர்கள் பெற்ற சின்னச் சின்ன வெற்றிகளைக்கூட இங்கே கவனமாகப் பதிவு செய்யவேண்டியிருக்கிறது.

ஆனால், இந்த வெற்றிகள் எவையும் கோக-கோலாவைச் சீண்டிப் பார்க்கவில்லை. சொல்லப்போனால், பெப்ஸி என்ற பெயரில் ஒரு நிறுவனம் வளர்ந்துகொண்டிருக்கிறது, அமெரிக்க மக்களில் சிலர் பெப்ஸி-கோலாவை விரும்பிக் குடிக்கிறார்கள் என்கிற விவரமெல்லாம் கோக-கோலாவுக்கு அப்போது தெரிந்திருக்க வாய்ப்புக்கூட இல்லை.

காலெப் ப்ராதம் அதைப்பற்றிப் பெரிதாக அலட்டிக்கொள்ளவில்லை. அவருடைய கவனமெல்லாம், இப்போது தவழ்ந்து செல்லும் நிலைமையில் இருக்கிற பெப்ஸி-கோலாவை இன்னும் வலுவாக்குவது எப்படி என்பதில் மட்டும்தான் குவிந்திருந்தது.

ஒருகாலத்தில் டாக்டராக வேண்டும், புது மருந்துகளைக் கண்டுபிடிக்கவேண்டும் என்றெல்லாம் கனவு கண்டுகொண்டிருந்த அவர், இப்போது ‘பக்கா பிஸினஸ் மேன்’ஆக மாறியிருந்தார். விற்பனைப் பிரதிநிதிகளை மேய்த்து வேலை வாங்குவது, பெப்ஸி பாட்லர்களுக்கு வேண்டியவற்றைச் செய்து தருவது, அவர்களை உற்சாகப்படுத்தி விற்பனையை அதிகரிப்பது என்று மிகவும் தீவிரமாக இயங்கிக்கொண்டிருந்தார் அவர்.

இந்த நேரத்தில்தான், பெப்ஸி-கோலாவின் சீரான வளர்ச்சி, முன்னேற்றத்தில் வேகத்தடை ஒன்று குறுக்கிட்டது - முதல் உலகப் போர்!

5. கசப்புச் சர்க்கரை

சும்மாவா 'உலகப் போர்' என்று பெயர் வைத்தார்கள்?

நிஜமாகவே உலக மக்கள் எல்லோரையும் அந்தப் போர் ஏதோ ஒருவிதத்தில் பாதித்துக்கொண்டிருந்தது. நேரடியாகப் போரில் இறங்கிச் சண்டை போட்டு உயிரையோ, உடல் உறுப்புகளையோ இழந்தவர்கள் ஒருபக்கம், போர் காரணமாக அன்றாடத் தேவையான அத்தியாவசியப் பொருள்கள்கூடச் சரியாகக் கிடைக்காமல் சிரமப்படுகிறவர்கள் இன்னொரு பக்கம்.

முக்கியமாக, தொழில்துறையில் இருந்தவர்கள் பாடுதான் ரொம்பத் திண்டாட்டம். இந்தப் பக்கமும் போகமுடியாமல், அந்தப் பக்கமும் தப்பிக்கமுடியாமல் சிரமப்பட்டார்கள்.

காரணம், போர் காரணமாக, அரிசி, கோதுமை, சர்க்கரை, பருப்பு போன்ற உணவுப் பொருள்களில் தொடங்கி, இரும்பு, அலுமினியம், இன்னபிற உலோகங்கள்வரை சகலமும் சண்டை போடும் வீரர்களுக்காக அனுப்பிவைக்கப்பட்டது. வெளிநாடுகளில் இருந்து தேவையான பொருள்கள், இயந்திரங்கள், மற்ற உபகரணங்களை இறக்குமதி செய்வதற்கும் தடை.

இதனால், பெரும்பாலான நிறுவனங்கள் இருப்பதை வைத்துச் சமாளிக்கவேண்டிய சூழ்நிலைக்குத் தள்ளப்பட்டன. அதுவும் முடியாது என்கிறவர்கள் கதவை இழுத்து மூடிவிட்டு வெளியேறவேண்டியதுதான்.

பெப்ஸியைப் பொறுத்தவரை, முதலாவது உலகப் போரின் மிக முக்கியமான பற்றாக்குறை, சர்க்கரை!

கோக-கோலா, பெப்ஸி, மற்ற கோலாக்கள் அனைத்தும் சர்க்கரைக் கரைசல்கள்தான் என்று ஏற்கெனவே பார்த்திருக்கிறோம். இப்போது, போர் காரணமாக அந்தச் சர்க்கரைக்குத் தட்டுப்பாடு வந்துவிட்டது.

சர்க்கரை இல்லாமல் பெப்ஸி தயாரிக்கமுடியாது. ஆனால் அந்தச் சர்க்கரையை நம் தேவைக்கு ஏற்ப இறக்குமதி செய்யக்கூடாது என்று அமெரிக்க அரசாங்கம் தடை செய்கிறது. என்ன செய்யலாம்?

உள்ளூரிலேயே வேறு எங்கேயாவது சர்க்கரை வாங்கமுடியுமா என்று பார்த்தார் காலெப் ப்ராதம். ‘கொஞ்சம் அதிக விலை கொடுத்தால் நாங்கள் சர்க்கரை கொடுக்கிறோம்’ என்று சிலர் ஆசை காட்டினார்கள்.

ஆனால், அவ்வளவு காசைப் பிடுங்கிக்கொண்டு அவர்கள் கொடுத்ததெல்லாம் அசுத்தமான சர்க்கரை. அதைச் சுத்தப்படுத்தி பெப்ஸி சிரப்பில் பயன்படுத்துவதற்குள் காலெப் ப்ராதமுக்குப் போதும் போதும் என்றாகிவிட்டது.

இந்த விஷயத்தில் இனிமேலும் ரிஸ்க் எடுக்கமுடியாது. கண்டவர்களிடம் சர்க்கரை வாங்கி பெப்ஸி தயாரித்தால், கடைசியில் கெட்டுப்போவது யாருடைய பெயர்?

வேதியியல் நிபுணரான காலெப் ப்ராதம், சர்க்கரைக்குப் பதிலாக வேறொரு செயற்கை இனிப்பைப் பயன்படுத்தமுடியுமா என்று முயற்சி செய்து பார்த்தார். அதில் அவருக்கு ஓரளவு வெற்றியும் கிடைத்தது.

ஆனால், அந்தக் காலத்தில் செயற்கைச் சர்க்கரைத் தொழில்நுட்பம் மிகவும் ஆரம்ப நிலையில் இருந்தது. இப்படிப் பொய்யான இனிப்பைக் கொடுத்து ஏமாற்றினால் மனித உடல் தாங்கிக்கொள்ளுமா, அல்லது அதைச் சாப்பிடுகிறவர்களுக்கு ஏதாவது பிரச்னை வருமா என்கிற சந்தேகம் இன்னும் தீரவில்லை.

இதனால், பெரும்பாலான அரசாங்கங்கள் செயற்கை இனிப்புப் பொருள்களைத் தடை செய்திருந்தன. ஆகவே, பெப்ஸி அவற்றைச் சுதந்திரமாகப் பயன்படுத்தமுடியாத சூழ்நிலை.

அதுமட்டுமில்லை, வழக்கமான சர்க்கரையைச் சேர்த்துத் தயாரிக்கிற பெப்ஸிக்கும், செயற்கை இனிப்பு பெப்ஸிக்கும் நல்ல வித்தியாசம் தெரிந்தது, இதை மக்கள் நிச்சயமாக ஏற்றுக்கொள்ளமாட்டார்கள்.

அடுத்த வழி, பெப்ஸி சிரப் தயாரிக்கும்போது, அதில் பயன் படுத்துகிற சர்க்கரையின் அளவைக் குறைத்துப் பார்க்கலாமா?

ம்ஹூம், சான்ஸே இல்லை, சர்க்கரையைக் குறைத்தால் பெப்ஸி நீர்த்துப்போய்ப் பல்லிளித்தது. இதைக் கடைகளில் விற்பனை செய்தால் பெப்ஸிக்குக் கொஞ்சநஞ்சம் இருக்கிற இமேஜும் படுத்துவிடும்.

என்ன செய்யலாம் என்று காலெப் ப்ராதம் யோசித்துக் கொண்டிருக்கும்போதே, விலைவாசி எகிற ஆரம்பித்தது. போர் ஆரம்பித்துச் சில மாதங்களுக்குள், சர்க்கரையின் விலை கிட்டத்தட்ட இருமடங்காகிவிட்டது.

இதனால், பெப்ஸி சிரப்பின் தயாரிப்புச் செலவும் அதிகரித்தது, சிரப் விலையைக் கூட்டலாமா என்று யோசித்தார் காலெப் ப்ராதம்.

அவ்வளவுதான், நாடுமுழுவதும் இருக்கிற பெப்ஸி பாட்லர்கள் சிலிர்த்து எழுந்துவிட்டார்கள், 'ஏற்கெனவே இந்தத் தொழிலில் எங்களுக்கு லாபம் குறைவு, இந்த லட்சணத்தில் பெப்ஸி

சிரப் விலையை அதிகரித்தால் நாங்கள் தலையில் துண்டு போட்டுக்கொண்டு உட்காரவேண்டியதுதான்' என்று கண்டனக் கொடி உயர்த்தினார்கள்.

ஆனால், சர்க்கரையின் விலை இப்படிக் கண்டபடி எகிறினால், காலெப் ப்ராதம் என்ன செய்வார்? அதே பழைய விலைக்குப் பெப்ஸி சிரப்பை விற்பனை செய்தால், அவருக்குப் பெரிய அளவு நஷ்டம் ஏற்படும்.

பேசாமல், பெப்ஸி விலையை ஏற்றிவிடலாமா?

வேறு வினையே வேண்டாம். மற்ற குளிர்பானங்களெல்லாம் ஐந்து சென்ட்(பைசா)க்கு விற்றுக்கொண்டிருக்கும்போது, பெப்ஸி மட்டும் அதிக விலை வைத்தால் மக்கள் அப்படியே ஓடிப்போய்விடுவார்கள்.

ஆக, எந்தத் திசையில் போனாலும் முட்டுச்சந்துதான் எதிர்ப்படுகிறது, கன்னத்தில் கைவைத்துக்கொண்டு உட்கார்ந்துவிட்டார் காலெப் ப்ராதம்.

இந்தப் பிரச்னை பெப்ஸிக்கு மட்டுமில்லை, கோக-கோலா தொடங்கிச் சர்க்கரை பயன்படுத்துகிற எல்லா பானங்களின் தயாரிப்பாளர்களும் இந்த விலை ஏற்றத்தால் கடுமையாகப் பாதிக்கப்பட்டிருந்தார்கள்.

ஆனால், கோக-கோலா ஏற்கெனவே நிறையச் சம்பாதித்துவிட்டது, வங்கியில் ஏகப்பட்ட பணத்தைக் குவித்துவைத்திருக்கிறார்கள், சர்க்கரை விலை இன்னும் நாலு மடங்கு எகிறினால்கூட, அந்த நஷ்டத்தைச் சமாளிக்கிற பண பலம் அவர்களுக்கு உண்டு.

பெப்ஸியின் நிலைமை அப்படி இல்லை. அவர்கள் ஒவ்வொரு ரூபாயையும் எண்ணி எண்ணிச் செலவழிக்கவேண்டிய கட்டாயத்தில் இருந்தார்கள்.

ஆனால், காலெப் ப்ராதம் எவ்வளவுதான் கஷ்டப்பட்டாலும், அவரால் பெப்ஸி சிரப் தயாரிப்புக்குத் தேவையான சர்க்கரை

மொத்தத்தையும் திரட்டமுடியவில்லை. கிடைக்கிற கொஞ்ச சர்க்கரையும் ஏகப்பட்ட விலை விற்றுக்கொண்டிருந்ததால் சிறிது சிறிதாக அவர்களுடைய இத்தனை வருடச் சேமிப்பு மொத்தமும் கரைந்துகொண்டிருந்தது.

அப்போது போர் காரணமாக அமெரிக்காவில் தீவிர மதுவிலக்கு அமல்படுத்தப்பட்டிருந்தது. விஸ்கி, பிராந்தி அருந்தமுடியாத மக்கள், கோக-கோலா, பெப்ஸி போன்ற குளிர்பானங்களை அதிகம் தேட ஆரம்பித்தார்கள்.

ஆனால், அபூர்வமான இந்த வாய்ப்பைப் பெப்ஸியால் பயன்படுத்திக்கொள்ள முடியவில்லை. இருக்கிற வாடிக்கையாளர்களுக்கே பெப்ஸி தயாரிக்க சர்க்கரை இல்லை, இதில் புதிதாக வருகிறவர்களுக்கு எங்கே போவது?

உண்மையில், அந்த உலகப் போரை யாரும் விரும்பவில்லை. எப்படியாவது இந்தச் சண்டை சீக்கிரத்தில் முடிந்துவிடாதா என்றுதான் எல்லோரும் நினைத்துக்கொண்டிருந்தார்கள்.

காலெப் ப்ராதமைப் பொறுத்தவரை, போர் முடிகிறதோ இல்லையோ, இந்தச் சர்க்கரைத் தட்டுப்பாடு நீங்கவேண்டும், அதற்கு ஒரு வழி ஏற்படாதா என்று அவர் ஏங்கிக் காத்துக்கொண்டிருந்தார்.

இந்த நேரத்தில், சர்க்கரை போன்ற அத்தியாவசியப் பொருள்களுக்குத் தட்டுப்பாடு ஏற்படக்கூடாது என்பதற்காக, அமெரிக்க அரசாங்கம் ஒரு வேலை செய்தது. பல்வேறு பொருள்கள் என்ன விலையில் விற்கப்படவேண்டும் என்று ஓர் உறுதியான கட்டுப்பாட்டைக் கொண்டுவந்தார்கள்.

ஆனால் அப்போதும், சர்க்கரையின் விலை இறங்கவில்லை. சொல்லப்போனால், அது முன்பைவிட இன்னும் அதிகரித்திருந்தது, அரசாங்கம் எவ்வளவோ முயன்றும் இதை மட்டும் அவர்களால் கட்டுப்படுத்தவே முடியவில்லை.

மறுபடியும், ஒரு சின்னக் கணக்கு, உலகப் போர் தொடங்குவதற்குமுன்னால் ஒரு பவுண்ட் (சுமார் நானூற்றைம்பது

கிராம்) சர்க்கரையின் விலை, மூன்றரை சென்ட். அதே உலகப் போர் முடிவதற்குள், இந்த விலை ஐந்து, ஏழு, எட்டு என்று அதிகரித்து ஒன்பதைத் தொட்டிருந்தது.

அதாவது, சர்க்கரை விலை கிட்டத்தட்ட மூன்று மடங்கு அதிகரித்துவிட்டது. இதனால் பெப்ஸி சிரப்பின் உற்பத்திச் செலவு கண்டபடி எகிறிக்கொண்டிருந்தது.

இத்தனைக்குப் பின்னாலும், காலெப் ப்ராதம் பெப்ஸி சிரப்பின் விலையை அதிகரிக்கமுடியவில்லை. அதே பழைய விலைக்கு சிரப் விற்பனை செய்வதன்மூலம் பெப்ஸி நிறுவனம் ஏகப்பட்ட நஷ்டத்தைச் சந்தித்துக்கொண்டிருந்தது.

அப்போதும், காலெப் ப்ராதம் நம்பிக்கையோடுதான் இருந்தார், இதெல்லாம் சும்மா தாற்காலிகமான பிரச்னை, போர் முடிந்தபிறகு சர்க்கரை விலை இறங்கிவிடும், நஷ்டத்தையெல்லாம் சரிசெய்து பழையபடி பெப்ஸியை முன்னுக்குக் கொண்டுவந்துவிடலாம் என்று உறுதியாக நம்பிக்கொண்டிருந்தார்.

ஆனால், அவர் நினைத்தது நடக்கவில்லை. முதல் உலகப் போர் முடிந்தபிறகும், சர்க்கரையைப் பதுக்கிவைத்திருந்த வியாபாரிகள் வெளியே கொண்டுவரவில்லை, அதே தட்டுப்பாடு, அதே அதிக விலை.

உலகப் போர் முடிவில் பவுண்ட் ஒன்பது சென்ட்க்கு விற்ற சர்க்கரை, அதன்பிறகு பத்து, பதினைந்து, இருபது, இருபத்தைந்து என்று எகிறிக்கொண்டே போனது. காலெப் ப்ராதம் வெலவெலத்துப்போனார்.

இனிமேலும் தயங்கினால், பெப்ஸியை இழுத்து மூட வேண்டியதுதான். உடனடியாக ஏதாவது செய்யவேண்டும்.

பதற்றத்தில், காலெப் ப்ராதம் ஒரு பெரிய தப்பு செய்தார், பெப்ஸி-கோலா சரித்திரத்தில் மிக முக்கியமான முதல் சறுக்கல் அது.

1920ம் வருடம் மே மாதம், ஒரு பவுண்ட் சர்க்கரையின் விலை இருபத்தேழு செண்ட் - போருக்கு முந்தைய விலையைப்போலக் கிட்டத்தட்ட எட்டு மடங்கு!

ஆனால், அந்தச் சூழ்நிலையில் காலெப் ப்ராதமுக்கு வேறு வழி தெரியவில்லை. இப்படியே போனால் சர்க்கரை விலை இன்னும் அதிகமாகிவிடும் என்று பயந்துபோய், மொத்தமாகப் பல ஆயிரம் பவுண்ட் சர்க்கரையை வாங்கிப்போட்டார்.

இதனால், பெப்ஸி நிறுவனத்திடம் இருந்த சேமிப்பு கிட்டத்தட்ட முழுவதுமாகக் கரைந்துவிட்டது, இனிமேல் இந்தச் சர்க்கரையை வைத்துப் பெப்ஸி தயாரித்து விற்பனை செய்து சம்பாதித்தால்தான் உண்டு.

காலெப் ப்ராதம் அந்தச் சவாலுக்குத் தயாராகத்தான் இருந்தார், பூஜ்ஜியத்தில் ஆரம்பித்து, கம்பெனியை மீண்டும் பழைய நிலைமைக்குக் கொண்டுபோய்விடமுடியும் என்பது அவருடைய நம்பிக்கை.

ஆனால், சூழ்நிலை அவருக்குச் சாதகமாக இல்லை. சர்க்கரைக்கு ஏகப்பட்ட டாலர்களை அள்ளிக் கொடுத்த பிரச்னையில் ஆரம்பித்து, ஒவ்வொரு விஷயமும் பெப்ஸிக்கு எதிராகத் திரும்பிக்கொண்டிருந்தது, நிதி நெருக்கடி, விற்பனையில் சரிவு, பாட்லர்களிடையே உற்சாகம் இல்லை, மூழ்கும் கப்பலைக் காப்பாற்றமுடியாமல் தவித்தார் காலெப் ப்ராதம்.

இன்னொரு கொடுமை, இப்போது சர்க்கரையின் விலை குறைய ஆரம்பித்திருந்தது, காலெப் ப்ராதம் 27 செண்ட் கொடுத்து வாங்கிய சர்க்கரை, இப்போது 5 செண்ட், 6 செண்ட்க்குச் சர்வ சாதாரணமாகக் கிடைத்தது.

ஆனால், இனிமேல் அதைப்பற்றிப் பேசி என்ன பிரயோஜனம்? அநியாய விலை கொடுத்து சர்க்கரை வாங்கியாகிவிட்டது, இனிமேல் அதைத் திருப்பிக் கொடுக்கவாமுடியும்?

அந்த முதல் தவறிலிருந்து, பெப்ஸியால் மீளமுடியவில்லை, சில மாதங்களுக்குள், அந்த நிறுவனத்தின் பேங்க் பேலன்ஸ்

ஒட்டுமொத்தமாக வறண்டுவிட்டது. இனிமேல் யாராவது தேவதூதன் வந்து காப்பாற்றினால்தான் உண்டு.

காலெப் ப்ராதம் அதற்கும் முயற்சி செய்து பார்த்தார். வங்கிகளில் கடன் வாங்கினார், தனக்குத் தெரிந்த பணக்கார நண்பர்களை அணுகினார், கண்ணில் படுகிறவர்களிடமெல்லாம் 'பெப்ஸிக்கு நல்ல எதிர்காலம் இருக்கிறது, தயவுசெய்து இந்தக் கம்பெனியில் முதலீடு செய்யுங்கள்' என்று கெஞ்சிக் கேட்டுக்கொண்டார்.

ஆனால், அவர் எவ்வளவுதான் முயன்றபோதும், பெப்ஸியின் சரிவைக் கட்டுப்படுத்தமுடியவில்லை. ஒரு சின்னக் கணக்கு தவறியதால், காலெப் ப்ராதமின் இத்தனை வருட உழைப்பும் வீணாகிக்கொண்டிருந்தது.

1923ம் ஆண்டு மத்தியில், பெப்ஸி-கோலா நிறுவனம் நஷ்டத்தில் மூழ்கி திவால் ஆனது. அங்கே மிச்சமிருக்கும் சில சொத்துகளை யார் எப்படிப் பிரித்துக்கொள்ளலாம் என்கிற அடிதடி ஆரம்பித்தது.

காலெப் ப்ராதம் துண்டை உதறித் தோளில் போட்டுக்கொண்டார், பெப்ஸி போனால் என்ன? அவருக்கு மருந்துக்கடை இருக்கிறது, அங்கே போய்ப் பழையபடி ரசாயனக் கலவைகளோடு விளையாட ஆரம்பித்துவிட்டார்.

ஆனால் அதன்பிறகு, பெப்ஸிமாதிரியான இன்னொரு குளிர்பானத்தைத் தயாரிக்கவேண்டும் என்று அவர் ஆசைப்படவும் இல்லை, முயற்சி செய்யவும் இல்லை. ஒருமுறை பட்டதே போதும் என்று நினைத்தாரோ, என்னவோ!

அப்போது காலெப் ப்ராதமுக்குத் தெரியாத விஷயம், பெப்ஸியின் கதை இன்னும் முடிந்துவிடவில்லை!

6. நாடி தளர்ந்தது

ஒரு கம்பெனி திவாலாகிறது என்றால், என்ன அர்த்தம்? அப்போது அதில் முதலீடு செய்துள்ளவர்களின் கதி என்ன ஆகும்?

பெப்ஸி-கோலா மாதிரியான ஒரு நிறுவனம் நஷ்டத்தில் மூழ்கினாலும், அதற்கென்று சில சொத்துகள் இருக்கும் - தொழிற்சாலை, இயந்திரங்கள், விற்பனை, விநியோக நெட்வொர்க், இப்படி.

1923ல் பெப்ஸி-கோலா நிறுவனம் திவாலானபோது, அதில் முதலீடு செய்திருந்த பலர் அதிர்ந்துபோனார்கள், தங்களுடைய நஷ்டத்தை ஈடு செய்வதற்கு எதைச் சுருட்டலாம் என்று யோசிக்க ஆரம்பித்தார்கள்.

இதற்கு மத்தியில், சிலர்மட்டும் கொஞ்சம் உருப்படியாகச் சிந்தித்தார்கள், 'பெப்ஸி-கோலா நிறுவனத்தின் மிகப் பெரிய சொத்து, பெப்ஸி என்கிற பிராண்ட்தான், அதன் சுவைக்கு அடிமையாகியிருக்கிற வாடிக்கையாளர்கள்தான்!'

இதன் அர்த்தம், பெப்ஸி-கோலா நிறுவனம் எக்கேடு கெட்டாலும் பரவாயில்லை, பெப்ஸி குளிர்பானம் மட்டும் மக்களுக்குத் தடையின்றிக் கிடைத்துக்கொண்டிருக்கவேண்டும்!

இப்போது இதை யோசித்துப் பார்த்தால் மிகவும் வேடிக்கையாக இருக்கிறது - ஒரு ஹோட்டல் நஷ்டத்தில் மூழ்கியிருக்கிறபோது அதிலிருந்து ஒழுங்காகச் சாப்பாடு மட்டும் வெளியே வரவேண்டும் என்று எதிர்பார்த்தால் எப்படி?

ரொம்பக் கஷ்டம்தான். ஆனால், செய்தாகவேண்டும், வேறு வழியே இல்லை!

ஏனெனில், மக்களுக்குப் பெப்ஸி-கோலா நிறுவனத்தைத் தெரியாது, காலெப் ப்ராதமைத் தெரியாது, சர்க்கரை விலை ஏறியது தெரியாது, அதனால் அந்த நிறுவனம் நஷ்டப்பட்டது தெரியாது, 'மஞ்ச நோட்டீஸ்' கொடுத்துவிட்டு மூழ்கிப்போனது தெரியாது.

ஒருவேளை இதெல்லாம் தெரிந்தாலும்கூட, அவர்களுக்கு அதைப்பற்றி அக்கறை இல்லை, அவர்கள் கேட்பதெல்லாம், தாகமாக உள்ளபோது ஒரு க்ளாஸ் பெப்ஸி, அவ்வளவுதான், அதைத் தயாரிப்பது காலெப் ப்ராதமா, வேறு ஒரு கந்தசாமி, குப்புசாமியா என்பதைப்பற்றி அவர்கள் கவலைப்படப் போவதில்லை.

மக்களுக்கும் பெப்ஸிக்கும் இடையில் உள்ள இந்த உறவை அறுந்துவிடாமல் பார்த்துக்கொள்வது முக்கியம். ஏதோ ஒரு காரணத்தால் இரண்டு நாள்களுக்கு பெப்ஸி கடைகளில் கிடைக்காவிட்டால், அவர்கள் அதை மறந்து வேறு எதையாவது குடிக்கச் சென்றுவிடுவார்கள். அப்புறம் அவர்களைத் திரும்ப நம் கட்சிக்கு இழுத்துவருவது ரொம்பக் கஷ்டம்.

அதனால், 1923ல் பெப்ஸி-கோலா நிறுவனமே மூழ்கிப்போன போதுகூட, பெப்ஸி சிரப் உற்பத்தி அதிகம் தடைபட்டுவிடாதபடி உடனடி நடவடிக்கைகள் எடுக்கப்பட்டன. பழையபடி விளம்பரம் செய்து பிரமாதப்படுத்தாவிட்டாலும், எல்லாப் பகுதிகளிலும் பெப்ஸி தொடர்ந்து கிடைக்கும்படி பார்த்துக்கொண்டார்கள்.

இந்த வேலையைச் செய்த புண்ணியவான்கள், நிஜமாகவே தீர்க்கதரிசிகள்தான். அவர்கள்மட்டும் இந்தக் கோணத்தில்

யோசிக்காவிட்டால், இன்றைக்கு இந்தப் புத்தகம் எழுதப் பட்டிருக்காது.

பெப்ஸியைக் காப்பாற்றிய இந்தப் பெருந்தலைகள் யார்?

முன்பு பெப்ஸி நிறுவனம் மிக மோசமான நிதி நெருக்கடியில் சிக்கித் திணறியபோது, அதைக் காப்பாற்றுவதற்காக காலெப் ப்ராதம் பல பெரிய மனிதர்கள், நிறுவனங்களைச் சந்தித்துப் பேசினார். அப்போது அவருக்கு உதவ முன்வந்த சிலரில் முக்கியமானவர், ராய் மெகர்கெல் *(Roy C. Magergel)*.

அப்போது நியு யார்க்கில் 'ஆர். சி. மெகர்கெல் அண்ட் கம்பெனி' என்ற பெயரில் ஒரு நிறுவனத்தைத் தொடங்கி நடத்திக்கொண்டிருந்தார் மெகர்கெல். இந்த நிறுவனம்தான் பெப்ஸி-கோலாவில் நிறைய முதலீடு செய்து அதனைக் காப்பாற்றிக் கைதூக்கிவிட மிகவும் முயற்சி செய்தது.

ஆனால், இந்த முயற்சிகள் பலிக்கவில்லை. பெப்ஸி நிறுவனம் நஷ்டத்தில் மூழ்கிப்போனது.

இதற்குள், ராய் மெகர்கெல் பெப்ஸியின் மிகப் பெரிய ரசிகராக மாறியிருந்தார், 'இவ்வளவு ருசியான ஒரு பானம், போயும் போயும் பிஸினஸ் பிரச்னைகளால் காணாமல் போவதா? ம்ஹூம், சான்ஸே இல்லை!'

காலெப் ப்ராதம் பெப்ஸியை விட்டுச் சென்றபோது, 'இனிமேல் இந்த பிராண்ட், பானம் என்ன ஆகுமோ!' என்கிற கேள்வி எல்லோர் மனத்திலும் இருந்தது. அப்படி ஒரு நேரத்தில், யாரும் எதுவும் சொல்லாமலேயே அந்தப் பொறுப்புகளை மானசீகமாக ஏற்றுக்கொண்டுவிட்டார் ராய் மெகர்கெல்.

அடுத்த சில மாதங்களில், பெப்ஸிக்கு எத்தனையோ நஷ்டங்கள், பிரச்னைகள், தலைவலிகள். ஆனால் இவ்வளவுக்கு நடுவிலும் பெப்ஸி சிரப் மட்டும் தொடர்ந்து தயாரிக்கப்பட்டது, பாட்லர்களுக்கு அனுப்பப்பட்டது, நாடுமுழுவதும் விற்பனைக்குக் கிடைத்தது, இதற்கெல்லாம் ராய் மெகர்கெல் ஒரு முக்கியமான காரணம்.

காலெப் ப்ராதம் தொடங்கிய பெப்ஸி-கோலா நிறுவனம் நஷ்டத்தில் மூழ்கியபிறகு, அதன் பிராண்ட், பானத்தைக் காப்பாற்றுவதற்காகவே இன்னொரு பெப்ஸி-கோலா நிறுவனம் தொடங்கப்பட்டது. சில சட்டபூர்வமான சிக்கல்களைச் சமாளித்தபிறகு, பெப்ஸியை மீண்டும் பழைய நிலைக்குக் கொண்டுவருகிற சவாலை ஏற்றுக்கொண்டார் ராய் மெகர்கெல்.

அப்போது அவர் சந்தித்த முதல் பிரச்னை, பெப்ஸியை பாட்டில்களில் அடைத்து விற்பனை செய்கிற பாட்லர்கள்!

ஒருகாலத்தில், மிகவும் வலுவாக இருந்த இந்த பாட்லர் நெட்வொர்க், இப்போது ரொம்பச் சிதைந்து காணப்பட்டது. சில பாட்லர்கள் பெப்ஸி நிறுவனத்தைப் போலவே நஷ்டத்தில் மூழ்கிக் காணாமல் போயிருந்தார்கள், வேறு சிலர் இதில் இருக்கிற ஆபத்துகளைப் பார்த்துப் பயந்துபோய் பாட்லிங் தொழிலை மூட்டை கட்டிவிட்டு வேர்க்கடலை வியாபாரத்தில் இறங்கியிருந்தார்கள். மிச்சமிருந்தவர்கள், 'எங்களுக்குப் பெப்ஸி வேணாம், கோக-கோலாதான் வேணும்' என்று கட்சி மாறியிருந்தார்கள்.

இவர்களையெல்லாம் மீண்டும் ஒரே குடையின்கீழ் கொண்டுவரவேண்டும், தொடர்ந்து பெப்ஸி தயாரித்து, ஊர்முழுக்கக் கிடைக்கச் செய்யும்படி உற்சாகப்படுத்தவேண்டும்.

அடுத்து, உலகப் போர் காரணமாகவும், சர்க்கரைக் களேபரங்களாலும் பெப்ஸியின் விளம்பர பட்ஜெட் சுருங்கிக் காணாமல் மறைந்திருந்தது. விளம்பரமே செய்யாமல் மக்கள் பெப்ஸி குடிக்கவேண்டும் என்று எதிர்பார்த்தால் நடக்குமா?

ஆனால், அப்போது பெப்ஸி நிறுவனத்திடம் நிறையப் பணம் இல்லை. அதிகம் செலவழித்துப் பிரம்மாண்டமான விளம்பரங்களைத் தயாரிப்பது, மக்களுக்கு இலவசப் பொருள்கள், கூப்பன்களைக் கொடுத்துக் கவர்ந்து இழுப்பதெல்லாம் வாய்ப்பே இல்லை.

இங்கேதான், பெப்ஸி குழுவின் மூளை ஓவர்டைமில் வேலை செய்ய ஆரம்பித்தது. இருக்கிற கொஞ்ச பட்ஜெட்டில், அதிக

மக்களைச் சென்று சேர்வது எப்படி என்று தீவிரமாக யோசிக்கத் தொடங்கினார்கள்.

அப்போது அவர்கள் கண்டுபிடித்த பல்வேறு புதுமையான உத்திகள், பின்னர் பெப்ஸி-கோலாவின் அடையாளமாகவே மாறிவிட்டன. இன்றுவரை, மார்க்கெட்டிங், விளம்பரத்துறை பற்றிப் படிக்கிறவர்கள் பெப்ஸி-க்கு வாழ்த்துச் சொல்லாமல் நகரமுடியாது, அந்த அளவுக்கு விளம்பரங்களை மிகச் சிறப்பாகப் பயன்படுத்திக்கொண்டு வெற்றி அடைந்த நிறுவனம் அது!

உதாரணமாக, பெப்ஸி இந்தியாவில் அறிமுகமான காலத்தில், 'யஹி ஹை ரைட் சாய்ஸ் பேபி, ஆஹா!' என்று ஒரு விளம்பர வாசகம் கேட்டிருப்பீர்கள், இதுபோன்ற வாசகங்களை ஆங்கிலத்தில் 'ஸ்லோகன்' என்று சொல்வார்கள்.

இந்த ஸ்லோகன்களை வெற்றிகரமான விளம்பர உத்திகளாகப் பயன்படுத்த ஆரம்பித்தது பெப்ஸிதான். பிறகு எல்லாத் துறைகளைச் சேர்ந்த நிறுவனங்களும் இதை உபயோகப்படுத்தி வெற்றிகளைக் குவித்தார்கள், இன்றைக்கு விளம்பர ஸ்லோகன் இல்லாத நிறுவனங்களைத் தேடிப் பிடிப்பது சிரமம்.

ஸ்லோகன்போலவே, பெப்ஸியின் நிறம், சின்னம் (லோகோ), பாட்டில் வடிவம், அதைக் கொண்டுசெல்கிற வண்டிகளின் உருவம் என்று அனைத்தையும் ஒழுங்குபடுத்தவேண்டும் என்று விரும்பினார் ராய் மெகர்கெல், 'தூரத்திலிருந்து பார்க்கும்போதே மக்களுக்கு அது பெப்ஸி என்று தெரியவேண்டும், இதுவே நமக்கு ரொம்பப் பெரிய விளம்பரம்' என்பது அவருடைய கட்சி.

ஆனால், எதார்த்தத்தில் இதைச் செயல்படுத்திப் பார்ப்பது அத்தனை சுலபமாக இல்லை.

காரணம், பெப்ஸி தலைமை நிறுவனத்தின் வேலை, சிரப் தயாரிப்பதுமட்டும்தான். மற்றபடி அதை எந்த பாட்டிலில் அடைப்பது, எங்கே, எப்படிக் கொண்டுபோய் விற்பனை செய்வது என்பதெல்லாம் அந்தந்த பாட்லர்களின் பொறுப்பு.

உதாரணமாக, நியு யார்க்கில் உள்ள ஒரு பாட்லர் பச்சைக் கலர் சிறிய பாட்டில்களில் பெப்ஸியை அடைத்து விற்கிறார், ஆனால் பாஸ்டனில் இருக்கும் இன்னொரு பாட்லர், நீலக் கலர் குண்டு பாட்டில்களைப் பயன்படுத்துகிறார்.

இப்போது இந்த இரண்டு பாட்லர்களும் தங்களுடைய தொழிற்சாலையில் உள்ள இயந்திரங்களை அந்தந்த பாட்டில்களுக்கு ஏற்றபடி மாற்றி அமைத்திருப்பார்கள். அவர்களிடம் போய் 'எல்லோரும் ஒரேமாதிரி பாட்டில்களைத்தான் பயன்படுத்தவேண்டும்' என்று சொன்னால் வேலை நடக்குமா?

கஷ்டம்தான். ஆனால் செய்தாகவேண்டும், இல்லையென்றால் பெப்ஸி-கோலாவை மக்கள் உள்ளூர் சமாசாரமாகத்தான் மதிப்பார்கள், தேசிய அளவில் கிடைக்கிற ஒரு பானம் என்று நம்பவேமாட்டார்கள்.

ஆக, அமெரிக்காவில் எங்கே சென்று பெப்ஸி-கோலா கேட்டாலும் ஒரேமாதிரியான பாட்டில், சுவர் விளம்பரம், பத்திரிகை விளம்பரம், வண்டிகளில் எழுதப்பட்டிருக்கும் விளம்பரம் என்று சகலத்திலும் ஒரே நிறம், ஒரே வடிவம், இதற்கு ஒப்புக்கொள்ளக்கூடிய புதிய பாட்லர்களை வளைத்துப்போடும் வேலைகள் தொடங்கின.

கொஞ்சம் கொஞ்சமாக, பழைய பாட்லர்களும் வழிக்கு வந்தார்கள். 'அநியாயச் செலவு' என்று முணுமுணுத்துக்கொண்டே பர்ஸைத் திறந்தார்கள், பெப்ஸி எதிர்பார்த்த ஓர் இமேஜ், பிராண்ட் மதிப்பை உருவாக்கும் சூழ்நிலை ஏற்பட்டது.

ஆனால், இத்தனைக்குப் பிறகும், பெப்ஸி-கோலா நிறுவனம் தொடர்ந்து நஷ்டத்தில்தான் இயங்கிக்கொண்டிருந்தது. தலைக்கு மேலே கடன், ஊழியர்களுக்குச் சம்பளம் தருவதில் ஆரம்பித்து, அரசாங்கத்துக்கு வரி செலுத்துவதுவரை சகலத்திலும் பாக்கி.

குளிர்பானத் தொழிலில் நஷ்டம் ஏற்பட்டால், புலி வாலைப் பிடித்ததுமாதிரிதான். கையில் போதுமான பணம் இல்லாததால்

விளம்பர பட்ஜெட் குறையும், சரியாக விளம்பரம் செய்யாததால் விற்பனை குறையும், இன்னும் நஷ்டம் ஏற்படும், ஒரே இடத்தைச் சுற்றிச் சுற்றி வரவேண்டியதுதான், இதிலிருந்து வெளியே தப்பி வருவது ரொம்பச் சிரமம்.

நிலைமையைச் சமாளிப்பதற்காக, ராய் மெகர்கெல் தன்னுடைய சொந்தப் பணத்தைப் பெப்ஸிக்காகச் செலவு செய்ய ஆரம்பித்தார். ஒவ்வொரு வருடமும் அவர் கொண்டுவந்து கொட்டிய பணம் எங்கே போகிறது என்றே கணக்குத் தெரியாமல் மறைந்துகொண்டிருந்தது.

இங்கே ஒரு பெரிய பிரச்னை, ராய் மெகர்கெல் நிதி, முதலீட்டு விஷயங்களில் கில்லாடி, மற்றபடி ஒரு கம்பெனியைத் தலைமை தாங்கி நடத்துவது, அதிகாரிகள், ஊழியர்களை வேலை வாங்குவது, விளம்பரம், மார்க்கெட்டிங், இன்னபிற சமாசாரங்களில் அவருக்குச் சமர்த்துப் போதாது.

தவிர, பெப்ஸி-கோலாவில் அவரைத்தவிர மற்ற முதலீட்டாளர்கள் நிறையப் பேர் இருந்தார்கள். இந்தத் திருவாளத்தான்கள் ஆரம்பத்தில் பணம் போட்டதுதவிர உருப்படியாக எந்தத் துரும்பையும் அந்தப் பக்கம் நகர்த்திவைக்கவில்லை. ஆனால் லாபம் வந்தால்மட்டும் அதை அள்ளிக்கொள்ளவேண்டும் என்று பேராசை. இதனால், ராய் மெகர்கெல் சுதந்திரமாகச் செயல்பட முடியவில்லை. மூழ்குகிற கப்பலுக்கு நான் கேப்டன், நீ கேப்டன் என்று எல்லோரும் போட்டி போட்டுக்கொண்டிருந்தார்கள்.

தனிப்பட்டமுறையில் பெப்ஸி வெறியராகிவிட்ட ராய் மெகர்கெல், தொடர்ந்து அதில் தன்னுடைய சொந்தப் பணத்தை முதலீடு செய்துகொண்டிருந்தார். இதெல்லாம் எப்போது திரும்பி வரும் என்பதைப்பற்றியெல்லாம் அவர் கொஞ்சம்கூடக் கவலைப்படவில்லை.

ஆனால், ராய் மெகர்கெல் வீட்டுப் பணப்பெட்டி என்ன அமுதசுரபியா? ஏதாவது செய்து பெப்ஸியைச் சொந்தக் காலில் நிற்கவைக்கவேண்டும், இல்லாவிட்டால் ஒரு சின்ன அதிர்வு போதும், மொத்தக் கம்பெனியும் உடைந்து கீழே விழுந்துவிடும்.

1929 அக்டோபரில், அந்த அதிர்வு வந்தது. பெப்ஸியை மட்டுமில்லை, ஒட்டுமொத்த அமெரிக்காவையும் உலுக்கிப் போட்டது.

இந்தியாவின் நாடித்துடிப்பு கிராமங்களில் இருக்கிறது என்று சொல்வார்கள், அதே கணக்குப்படி பார்த்தால், அமெரிக்காவின் நாடித்துடிப்பு அந்த ஊர்த் தொழில்களில் இருக்கிறது, நாமெல்லாம் சொந்த வீடு, கார் என்று ஆசைப்படுவதுபோல, அமெரிக்கர்கள் மத்தியில் சொந்தமாகத் தொழில் செய்து முன்னேறவேண்டும் என்கிற ஆர்வம் அதிகம்.

இதனால், அந்த ஊர்ப் பங்குச் சந்தையில் ஏகப்பட்ட முதலீடுகள் செய்யப்பட்டன. பெரிய நிறுவனங்கள் தொடங்கிச் சின்னக் குடிசைத் தொழில்கள்வரை பெரும்பாலானோர் ஷேர் மார்க்கெட்டை நம்பி பிஸினஸ் பண்ணிக்கொண்டிருந்தார்கள்.

1929ல் நியு யார்க் ஸ்டாக் மார்க்கெட் சரிந்துபோனது. எங்கே நடக்கிறது, எப்படி நடக்கிறது என்றே புரியாதபடி திடீர் வீழ்ச்சி, அநேகமாக அத்தனை பங்குகளும் பாதாளத்துக்குப் பாய்ந்துவிட்டன.

இதனால், பங்குச் சந்தையை நம்பி முதலீடு செய்திருந்த தனிப்பட்ட நபர்கள் தலையில் துண்டைப் போட்டுக்கொண்டு உட்கார்ந்தார்கள், இதையே தொழிலாக வைத்திருந்த நிதி நிறுவனங்கள் ஒரே நாளில் நடுத்தெருவுக்கு வந்தன.

ராய் மெகர்கெலின் 'ஆர். சி. மெகர்கெல் அண்ட் கம்பெனி', இந்த ஸ்டாக் மார்க்கெட் வீழ்ச்சியால் கடுமையாகப் பாதிக்கப்பட்டது. வருங்கால லாபத்தை உத்தேசித்துச் செய்துவைத்த பங்குச் சந்தை முதலீடுகளெல்லாம் வெற்றுக் காகிதங்களாகிவிட்ட சூழ்நிலையில், ராய் மெகர்கெலின் வாழ்நாள் சேமிப்பு, உழைப்பு எல்லாம் கிட்டத்தட்ட பூஜ்ஜியத்துக்குத் திரும்பிவிட்டது.

அமெரிக்கப் பங்குச் சந்தைச் சரிவால் பெப்ஸி நிறுவனம் நேரடியாகப் பாதிக்கப்படவில்லை. ஆனால், இனிமேல் ராய் மெகர்கெல் தன்னுடைய சொந்தக் காசைச் செலவழித்துப் பெப்ஸிக்கு வைத்தியம் பார்க்கமுடியாது.

இதனால், அதுவரை பெரிய பிரச்னையாகத் தோன்றாத பெப்ஸியின் நஷ்டங்கள், இப்போது தலைக்கு மேல் ஏறி உட்கார்ந்துகொண்டு இடிக்க ஆரம்பித்தன. கடன் கொடுத்தவர்கள் கழுத்தை நெரித்தார்கள், சிரப் தொழிற்சாலையில் தினசரிச் செலவுகளைச் சமாளிக்கக்கூட கையில் காசு இல்லை.

ஏதாவது செய்தாகவேண்டும் என்று நன்றாகப் புரிகிறது. ஆனால், யார் செய்வார்கள்? இந்தப் பொறுப்பை ஏற்றுக்கொண்டு செயல்படுகிற நிலைமையில் அப்போது பெப்ஸியில் யாருமே இல்லை.

ராய் மெகர்கெலின் கைகள் கட்டப்பட்டிருந்தன. வேறு வழியில்லாமல், பெப்ஸி-கோலா நிறுவனம் இரண்டாவது முறையாக நஷ்டத்தில் மூழ்குவதை வருத்தத்துடன் பார்த்தார் அவர்.

1931ம் வருடம், பெப்ஸி நிறுவனம் மறுபடியும் திவாலானபோது, மற்ற யாரையும்விட ராய் மெகர்கெலுக்குதான் இழப்பு அதிகம். அவருடைய ஆரம்ப முதலீடு, பிறகு அவர் பெப்ஸிக்காகத் தன் பாக்கெட்டிலிருந்து எடுத்துச் செலவழித்த பணம் அத்தனையும் நிரந்தரமாகத் தொலைந்துவிட்டது.

அந்த நேரத்திலும், ராய் மெகர்கெல் பெப்ஸிமீது நம்பிக்கை இழக்கவில்லை, 'நிச்சயமாக இது ஒரு நல்ல குளிர்பானம், மக்கள் மத்தியில் ஓரளவு பெயர் வாங்கியிருக்கிறது, இதற்காகக் கொஞ்சம் மெனக்கெட்டு பொறுப்பாக நடத்துகிற ஒருவர் கிடைத்தால், நிச்சயமாகப் பெரிய அளவில் லாபம் சம்பாதிக்கமுடியும்' என்றுதான் திரும்பத் திரும்பச் சொல்லிக்கொண்டிருந்தார்.

அதேசமயம், பெப்ஸியை மறுபடியும் உயிர்ப்பிக்கிற திறமையோ, பண பலமோ தன்னிடம் இல்லை என்பதும் மெகர்கெலுக்குப் புரிந்திருந்தது. வேறு யாராவது அந்தப் புண்ணியகாரியத்தைச் செய்வார்களா என்று தேட ஆரம்பித்தார்.

இந்த நேரத்தில், பெப்ஸிக்கு மறைமுகமாகக் கைகொடுத்தது யார் தெரியுமா?

சொன்னால் நம்பமாட்டீர்கள், சாட்சாத் கோக-கோலாதான்!

7. மிட்டாய் மாமா

பெப்ஸி நிறுவனம் தட்டுத்தடுமாறிப் பாதாளத்தில் விழுந்த அதே காலகட்டத்தில், கோக-கோலா மேலே மேலே உச்சத்துக்குப் போய்க்கொண்டிருந்தது.

இதற்குள், பெப்ஸியைப்போல் கோக-கோலாவுக்கு ஏகப்பட்ட போட்டியாளர்கள் வந்துபோயிருந்தார்கள், இவர்கள் யாராலும் சில வருடங்கள்கூட நிலைத்து நிற்க முடியவில்லை.

இப்படி ஒரு சூழ்நிலையில், மக்கள் என்ன செய்வார்கள்? நீங்களே கொஞ்சம் யோசித்துப் பாருங்கள்.

இன்றைக்குக் 'குப்புசாமி கோலா' என்று ஒரு விளம்பரம் வருகிறது, வாங்கிக் குடித்துப் பார்க்கிறீர்கள், பிரமாதமாக இருக்கிறது, 'ஆஹா, இனிமேல் இதையே குடிக்கலாம்' என்று முடிவு செய்கிறீர்கள்.

ஆனால், நாலு மாதம் கழித்து, குப்புசாமியையும் காணோம், கோலாவையும் காணோம்.

அப்புறம், இன்னொரு 'கந்தசாமி கோலா' வருகிறது, 'கோயிஞ்சாமி கோலா' வருகிறது, வந்த வழியே போய்விடுகிறது.

இதையெல்லாம் பார்த்துப் பார்த்துக் கோலா பிரியர்கள் சலித்துப்போனார்கள். 'மற்றதெல்லாம் டூப்பு, கோக-கோலாதான் டாப்பு' என்கிற முடிவுக்கு வந்துவிட்டார்கள்.

காரணம், மற்ற கோலா-க்களெல்லாம் வந்து போய்க்கொண்டிருந்த போது, இன்னொரு முனையில் கோக-கோலாமட்டும் தெம்பாக நின்றது, எந்தக் கடையில் எப்போது பார்த்தாலும் கோக-கோலா நிச்சயமாகக் கிடைத்தது, அப்புறம் மக்கள் வேறு எதைக் குடிப்பார்கள்?

இந்தப் பிரம்மாண்டமான வெற்றியால், கோக-கோலா நிறுவனம் தலை கால் புரியாமல் திணறியது. அங்கே வேலை செய்கிற அதிகாரிகள்முதல், அவர்களுக்குக் கதவைத் திறந்து மூடுகிறவர்கள்வரை எல்லோருக்கும் உயர்வு மனப்பான்மை *(Superiority Complex)* அதிகமாக இருந்தது.

இதனால், கோக-கோலாவிடம் நேரடியாக சிரப் வாங்குகிற கடைக்காரர்கள் பலர் எரிச்சலடைந்தார்கள், 'இவங்க பெரிய மஹாராஜாக்கள்போல நடந்துக்கறாங்களே.'

நிஜமாகவே, அப்போது கோக-கோலா மஹாராஜாதான். அவர்கள் சொல்வதுதான் விலை, அதைக் கொடுத்து வாங்கிக் கொண்டால் கோக-கோலா, இல்லாவிட்டால் வேறு டுபாக்கூர் கோலாக்களிடம் தஞ்சமடையவேண்டியதுதான்.

இந்த அலட்சியப்போக்கைத் தாங்கிக்கொள்ளமுடியாத கடைக்காரர்கள், 'இதற்காகவாவது வேறு ஒரு நல்ல கோலா வரவேண்டும்' என்று உள்ளுக்குள் ஆசைப்பட்டார்கள். ஆனால் அதுவரை, அவர்கள் கோக-கோலாவின் அலட்டல்களைச் சகித்துக்கொண்டுதான் பிழைப்பை ஓட்டவேண்டும், வேறு வழியில்லை!

பெப்ஸி நிறுவனம் இரண்டாவதுமுறையாக நஷ்டத்தில் மூழ்கப்போகும் நேரம், அமெரிக்காவில் 'மாவிஸ் கேண்டீஸ்'

(Mavis Candies) என்ற பெயரில் ஒரு சாக்லெட் / மிட்டாய்த் தயாரிப்பு நிறுவனம் இயங்கிக்கொண்டிருந்தது.

இந்த 'மாவிஸ்' நிறுவனத்தின் தலைவர், சார்லஸ் குத் *(Charles G. Guth)*, கொஞ்சம் கோபக்காரர், ஆனால் நல்ல திறமைசாலி, எந்த பிஸினஸையும் அடிமட்டத்திலிருந்து மேலே கொண்டுசெல்லக்கூடிய துடிப்பு அவருக்கு உண்டு.

சார்லஸ் குத் ரொம்பச் சின்ன வயதிலேயே மிட்டாய்த் தொழிலுக்குள் நுழைந்துவிட்டார். ஆரம்பத்தில் தன்னுடைய சொந்தப் பெயரில் ஒரு கம்பெனி ஆரம்பித்து நடத்தினார், அதன்பிறகு இன்னும் பல பிஸினஸ் முயற்சிகள், கொஞ்சம் லாபம், கொஞ்சம் நஷ்டம், நிறைய அனுபவம்.

1927ம் வருடம், 'மாவிஸ் கேண்டீஸ்' தொடங்கப்பட்டது. இரண்டு ஆண்டுகள் கழித்து 'லாஃப்ட் காண்டி கம்பெனி' *(Loft Candy Company)* என்கிற இன்னொரு பெரிய மிட்டாய்த் தயாரிப்பு நிறுவனம் இதனை விலைக்கு வாங்கித் தன்னுடன் இணைத்துக்கொண்டது.

இதையடுத்து, லாஃப்ட் நிறுவனத்தின் ஒரு முக்கியப் பொறுப்பில் நியமிக்கப்பட்டார் சார்லஸ் குத். ஆனால் அவருக்கும் மற்ற அதிகாரிகளுக்கும் அவ்வளவாக ஒத்துப்போகவில்லை.

சார்லஸால் ரொம்ப நாள் இரண்டாவது, மூன்றாவது இடத்தில் உட்கார்ந்திருக்க முடியாது. பல அதிரடி நடவடிக்கைகளின்மூலம் அடுத்த வருடமே லாஃப்ட் நிறுவனத்தின் தலைவராகப் பொறுப்பேற்றுக்கொண்டார் அவர்.

அப்போது லாஃப்ட் நிறுவனத்துக்கு அமெரிக்காவில் நூறுக்கும் மேற்பட்ட கடைகள் இருந்தன. 'லாஃப்ட்', 'மிர்ரர்', 'ஹேப்பினஸ்' என்று வெவ்வேறு பெயர்களில் இயங்கிய இந்தக் கடைகளில் சாக்லெட்டுடன் குளிர்பானங்களும் விற்கப்பட்டன.

மற்ற சோடா ஃபௌன்டைன்களைப்போலவே, லாஃப்ட் கடைகளிலும் கோக-கோலாதான் அதிகம்

விற்றுக்கொண்டிருந்தது. இதற்காக, அவர்கள் ஒவ்வொரு மாதமும் கோக-கோலா நிறுவனத்திடமிருந்து ஆயிரக்கணக்கான லிட்டர் சிரப் வாங்கிக்கொண்டிருந்தார்கள்.

இதைக் கவனித்த சார்லஸுக்கு ஒரு யோசனை, ஒரு சின்ன கணக்குப் போட்டுப் பார்த்தார்.

சராசரியாக, ஒவ்வொரு வருடமும் லாஃப்ட் நிறுவனம் கோக-கோலாவிடமிருந்து வாங்குகிற சிரப்பின் அளவு, முப்பதாயிரம் காலன்களுக்கு மேல். அதாவது, தினமும் கிட்டத்தட்ட நூறு காலன்கள்!

பொதுவாக எந்தத் தொழிலிலும் *'Volume Discount'* என்று ஒரு சமாசாரம் உண்டு. அதாவது, எண்ணிக்கை அடிப்படையில் தள்ளுபடி.

உதாரணமாக, ஒரு பொருளின் விலை பத்து ரூபாய் என்று வைத்துக்கொள்வோம். இப்போது, அதே பொருளை நீங்கள் அதிக எண்ணிக்கையில் வாங்கினால், தயாரிப்பாளர் உங்களுக்குத் தள்ளுபடி தருவார், நூறு வாங்கினால் ஒன்பது ரூபாய், ஆயிரம் வாங்கினால் எட்டு ரூபாய், அதற்குமேல் வாங்கினால் ஏழு ரூபாய், இப்படி.

இந்தக் கணக்குப்படி பார்த்தால், கோக-கோலா நிறுவனத்திடமிருந்து இவ்வளவு சிரப் வாங்குகிற லாஃப்ட்க்கு நல்ல தள்ளுபடி கொடுக்கப்படவேண்டும். அதுதான் அமெரிக்கத் தொழில்துறையின் வழக்கம்.

ஆனால், கோக-கோலா நிறுவனம் லாஃப்ட்க்கு ஒரு பைசா தள்ளுபடிகூடத் தரவில்லை. மற்றவர்களுக்கு சிரப் என்ன விலைக்கு விற்கிறார்களோ, அதே விலைதான் லாஃப்ட்க்கும்.

'இது அநியாயம்' என்றார் சார்லஸ் குத், 'ஒவ்வொரு வருஷமும் நாங்க உங்ககிட்டே இத்தனை ஆயிரம் காலன் சிரப் வாங்கறோம், அதுக்குத் தகுந்தபடி எங்களுக்கு *Volume Discount* கொடுங்க'

'சான்ஸே இல்லை' என்றது கோக-கோலா, 'எங்க சரித்திரத்திலேயே யாருக்கும் தள்ளுபடி கொடுக்கிற வழக்கம் கிடையாது.'

‘உங்க சரித்திரத்தைத் தூக்கிக் குப்பைத் தொட்டியில் போடுங்க, எனக்குத் தள்ளுபடி வேணும், இல்லைன்னா,’

‘இல்லைன்னா? என்ன செய்வீங்க?’ கோக-கோலா நக்கலாகச் சிரித்தது, ‘தள்ளுபடியெல்லாம் எதுவும் தரமுடியாது, நீங்க செய்யறதைச் செஞ்சுக்கோங்க.’

சார்லஸ் குத் கோபத்தில் கொதித்தார். இந்தக் கோக-கோலாவுக்கு இவ்வளவு திமிரா, இவர்களை ஏதாவது செய்யவேண்டும், நம்முடைய கடைகளில் இன்னொரு கோலாவைக் கொண்டுவந்து இவர்கள் மூக்கை உடைக்கவேண்டும்.

உடனடியாக, தன்னுடைய நிறுவனத்தின் உதவித் தலைவர் ராபர்ட்ஸனுக்கு ஒரு கடிதம் எழுதினார் சார்லஸ் குத், ‘கோக-கோலா கேட்கிற விலையை நாம் கொடுக்கவேண்டும் என்று எந்தக் கட்டாயமும் இல்லை, அதற்குப் பதிலாக, நாம் ஏன் பெப்ஸியை வாங்கக்கூடாது?’

சார்லஸ் குத் இப்படிக் கேட்ட நேரம், பக்கத்திலேயே சுற்றிக் கொண்டிருந்த ஒரு தேவதை ‘ததாஸ்து’ சொல்லியிருக்கவேண்டும் - அடுத்த சில வாரங்களில், பெப்ஸி சிரப் மட்டுமில்லை, ஒட்டுமொத்த பெப்ஸி கம்பெனியையே அவர் வாங்கிப் போடும்படி நேர்ந்துவிட்டது.

கோக-கோலா, சார்லஸ் குத் இருவருக்கும் வெட்டுக் குத்துச் சண்டை நடந்துகொண்டிருந்த இதே நேரத்தில்தான், பெப்ஸி நிறுவனம் மீண்டும் ஒருமுறை நஷ்டத்தில் மூழ்கியிருந்தது. பெப்ஸி பிராண்டையும் ஃபார்முலாவையும் யாராவது காப்பாற்றமாட்டார்களா என்று தவிப்போடு தேடத் தொடங்கியிருந்தார் ராய் மெகர்கெல்.

நம் ஊர் சினிமாவில் இடைவேளைபோல, ரொம்ப விறுவிறுப்பான காட்சி அது - ஒருபக்கம் எப்படியாவது கோக-கோலாவின் ஆதிக்கத்தை ஒழித்துவிடவேண்டும் என்று சார்லஸ் குத் அலைமோதிக்கொண்டிருக்கிறார், இன்னொருபக்கம் கோக-கோலாவுக்குச் சவால் விடும்படியான ஒரு குளிர்பானம்

அடிமாட்டு விலைக்குக் கிடைக்கிறது, இந்த இரண்டுக்கும் முடிச்சுப் போடுவது யார்? எப்படி?

சார்லஸ் குத்பற்றிக் கேள்விப்பட்ட ராய் மெகர்கெலுக்கு, அவரை மிகவும் பிடித்துப்போய்விட்டது, பெப்ஸியை நாடு அறிந்த ஒரு பிராண்டாக மாற்றி வெற்றியடையச் செய்யவேண்டுமென்றால், அது சார்லஸ்மாதிரியான ஓர் அதிரடி நிர்வாகியால்தான் முடியும் என்று தீர்மானித்துவிட்டார் அவர்.

உடனடியாக, சார்லஸுக்குத் தூது அனுப்பினார் ராய் மெகர்கெல், 'பெப்ஸி விஷயமாக உங்களுடன் தனியாகப் பேச விரும்புகிறேன், நாம் எங்கே, எப்போது சந்திக்கலாம்?'

'ஓ, பேஷாப் பேசலாமே, சட்டுப்புட்டுன்னு நியு யார்க் புறப்பட்டு வாங்க.'

விரைவில், ராய் மெகர்கெல் - சார்லஸ் குத் இருவரும் சந்தித்தார்கள், பெப்ஸி நிறுவனத்தின் இப்போதைய சிரமதசையை விவரித்துச் சொன்ன மெகர்கெல், 'நீங்க இதை வாங்கி நடத்த விரும்பினா, என்னால உதவி செய்யமுடியும்' என்றார்.

'எனக்கு விருப்பம்தான், ஆனா ஒரே ஒரு நிபந்தனை.'

'என்ன?'

'பெப்ஸியை நான் விரும்பறபடிதான் நடத்துவேன், அதுக்கு எனக்கு முழுச் சுதந்திரம் வேணும், வேற மூணாவது மனுஷங்க யாரும் என்னோட நடவடிக்கைகள்ல தலையிடக்கூடாது' என்றார் சார்லஸ் குத்.

இதன் அர்த்தம், சார்லஸ் குத் பெப்ஸியில் சில பங்குகளைமட்டும் வாங்கி அரைகுறை முதலாளியாக விரும்பவில்லை. அது முழுமையாகத் தன்னுடைய கட்டுப்பாட்டில் வரவேண்டும் என்று நினைத்தார்.

ராய் மெகர்கெலுக்கு அவருடைய எண்ணம் புரிந்துவிட்டது, 'எப்படியோ, பெப்ஸி மறுபடி சாம்பலில் இருந்து எழுந்து வந்தால்

சரி' என்கிற நினைப்பில் சார்லஸ் குத் சொன்னதுக்கெல்லாம் பெரிதாகத் தலையாட்டிவிட்டார்.

உடனடியாக, நஷ்டத்தில் மூழ்கிய பெப்ஸி நிறுவனத்தின் பிராண்ட் பெயர், ஃபார்முலா, மற்ற சமாசாரங்களெல்லாம் கைமாறியது. பழைய கம்பெனியை ஊற்றி மூடிவிட்டு, புத்தம்புதிய 'பெப்ஸி-கோலா நிறுவனம்' ஒன்று தொடங்கப்பட்டது.

இந்தப் புதிய நிறுவனத்தின் சார்பில் மொத்தம் மூன்று லட்சம் பங்குகள் வெளியிடப்பட்டன. இதில் ராய் மெகர்கெல், சார்லஸ் குத் இருவரும் ஆளுக்கு ஒரு லட்சம் பங்குகளை எடுத்துக்கொண்டார்கள், மிச்சம் இருப்பதுதான் மற்றவர்களுக்கு!

இதுதவிர, ராய் மெகர்கெலுக்கு வருடம் இத்தனை டாலர் என்று ராயல்டி தருவதாகவும் ஒப்புக்கொண்டார் சார்லஸ் குத். பதிலுக்கு, மெகர்கெல் பெப்ஸி நிர்வாகத்தில் தலையிடக்கூடாது, பேசாமல் ஒதுங்கிவிடவேண்டும்.

இப்படியாக, பெப்ஸி-கோலா நிறுவனத்தில் தனக்கு எதிராகக் கிளம்பக்கூடிய எல்லோரையும் அதட்டி மிரட்டி உட்காரவைத்துவிட்டார் சார்லஸ் குத், இனிமேல், அங்கே அவர் வைத்ததுதான் சட்டம்!

முதல் வேலையாக, லாஃப்ட் கடைகளில் கோக-கோலா விற்பனை செய்வது நிறுத்தப்பட்டது, 'இனிமேல் இங்கே பெப்ஸி-கோலாமட்டும்தான் கிடைக்கும்' என்று கொட்டை எழுத்தில் போர்டு மாட்டினார் சார்லஸ் குத்.

இதனால், கோக-கோலாவுக்கு ஏகப்பட்ட பண இழப்பு. அதைவிட முக்கியம், அவர்களுடைய 'சூப்பர் ஸ்டார்' இமேஜ் கடுமையாகப் பாதிக்கப்பட்டது, 'லாஃப்ட்ல உங்களைத் தூக்கிக் கடாசிட்டாங்களாமே, என்ன ஆச்சு?' என்று எல்லோரும் துக்கம் விசாரித்து உச்சுக்கொட்ட ஆரம்பித்தார்கள்.

உண்மையில், லாஃப்ட் கடைகளுக்கு வெளியே, கோக-கோலாதான் விற்பனையில் நம்பர் 1. அதோடு ஒப்பிடும்போது,

பெப்ஸி, மற்ற கோலாக்களெல்லாம் ரொம்பத் தொலைவில் கிடந்தன.

ஆனால், ‘லாஃப்ட் கடைகளில் இனிமேல் கோக-கோலா கிடைக்காது’ என்கிற அறிவிப்பு வெளியானதுமே, மக்கள் சந்தேகமாக முணுமுணுக்கத் தொடங்கிவிட்டார்கள், ‘கோக-கோலாவில ஏதோ பிரச்னை’ என்று ஊகங்கள், வதந்திகள் தூள் பறந்தன.

அதுமட்டுமில்லை, பெப்ஸி நிறுவனம் இதுவரை சுமாரான நிர்வாகிகள் கையில் சிக்கித் திணறிக்கொண்டிருந்தது. ஆனால் இப்போது, ஓர் அதிரடி மேலாளர் அவர்களுக்குக் கிடைத்திருக்கிறார், கோக-கோலாவின்மீது அவருக்கு இருக்கிற கோபத்தால், சார்லஸ் குத் பெப்ஸியை ‘நம்பர் 1’ ஆக்காமல் விடமாட்டார் என்று தொழில்துறை வட்டாரங்களில் பேசிக்கொண்டார்கள்.

இந்த விஷயத்தில் சார்லஸ் குத் சும்மா வீம்புக்குக் கலாட்டா பண்ணவில்லை. பெப்ஸியை வாங்கிய கையோடு, லாஃப்ட் சோடா ஃபௌன்டைன்களில் கோக-கோலாவை மொத்தமாகக் காலி செய்துவிட்டார் அவர், அதற்குப் பதிலாக, எல்லாக் கடைகளிலும் பெப்ஸிதான் பரிமாறப்பட்டது.

இதனால், லாஃப்ட்க்குக் கணிசமான பணம் மிச்சம், பெப்ஸிக்கு ஏகப்பட்ட சிரப் விற்பனை, இப்படி இரண்டு பக்கமும் நன்றாக லாபம் சம்பாதித்தார் சார்லஸ் குத்.

ஆனால், லாஃப்ட் கடைகளுக்கு வருகிறவர்கள், ‘எங்களுக்குக் கோக-கோலாதான் வேணும்’ என்று கேட்டால்?

‘ஸாரி, இங்கே கோக-கோலா விற்கிறதில்லை, வேணும்ன்னா பெப்ஸி வாங்கிக் குடிங்க!’

முரட்டுத்தனமான பதில்தான், இதனால் சில வாடிக்கையாளர்கள் எரிச்சலடையலாம், கோபப்பட்டுக் கத்தலாம், ‘நீயும் வேணாம், உன் கோலாவும் வேணாம்’ என்று நிரந்தரமாகத் திரும்பிப் போய்விடலாம்!

சார்லஸ் குத் இதைப்பற்றிப் பெரிதாக அலட்டிக்கொள்ளவில்லை. அவரைப் பொறுத்தவரை, கோக-கோலா இல்லாமலும் தன்னால் தொழில் நடத்தமுடியும் என்பதை நிரூபிக்கவேண்டும், அதற்காகக் கொஞ்சம் வாடிக்கையாளர்களை இழக்கவும் அவர் தயாராக இருந்தார்.

இதனால், யார் என்ன சொன்னாலும் சரி, 'லாஃப்ட் சோடா ஃபௌன்டைன்களில் இனிமேல் பெப்ஸிமட்டும்தான் விற்கப்படும்' என்கிற முடிவை மாற்றிக்கொள்ள மறுத்துவிட்டார் சார்லஸ் குத்.

ஒருவேளை, இப்போது கோக-கோலா இறங்கிவந்தால்? 'உங்களுக்கு நிறையத் தள்ளுபடி தர்றோம், சலுகை தர்றோம், இலவச வேட்டி, சேலை, போர்வையெல்லாம் தர்றோம்' என்று வாக்குறுதிகளை அள்ளி வீசினால்? அப்போது பெப்ஸியின் நிலைமை என்ன ஆகும்?

ஆரம்பத்தில், கோக-கோலாவின்மேல் இருந்த ஆத்திரத்தில்தான் சார்லஸ் குத் பெப்ஸியை வாங்கிப் போட்டார். அதன்மூலம் கொஞ்சம் காசு மிச்சப்படுத்தலாம் என்கிற ஆர்வம்தான் அவருக்கு இருந்தது.

ஆனால், காலப்போக்கில், அவருக்குப் பெப்ஸி நிறுவனத்தின்மீது ஒரு தனி ஆர்வம் வந்துவிட்டது. லாஃப்ட் நிறுவனக் கடைகளில் மட்டுமில்லை, ஒட்டுமொத்த அமெரிக்காவிலும் கோக-கோலாவின் ஆதிக்கத்துக்குச் சவால் விடவேண்டும், அதற்குச் சமமான போட்டியாக பெப்ஸியை மேலே கொண்டுவரவேண்டும் என்று நினைக்கத் தொடங்கிவிட்டார்.

இதற்குமுன் பெப்ஸியைத் தலைமை தாங்கி நடத்திய காலெப் ப்ராதம், ராய் மெகர்கெலுக்கும் இதே கனவுதான். ஆனால், அவர்களுக்கும் சார்லஸுக்கும் முக்கியமான வித்தியாசம், இவர் வெறுமனே கனவு காண்பதுடன் நிறுத்திக்கொள்ளவில்லை; அதை எப்படி நிஜமாக்குவது என்கிற செயல்திட்டத்தில் இறங்கினார்.

முதலில், கோக-கோலாவுடன் ஒப்பிடும்போது, பெப்ஸிக்கு என்ன குறைச்சல்? அதிக மக்கள் பெப்ஸியை வாங்க மறுப்பது ஏன்?

இதுபற்றித் தீவிரமாக யோசித்த சார்லஸ் குத், கடைசியாக ஒரு முடிவுக்கு வந்தார், 'பெப்ஸியின் சுவையில்தான் ஏதோ குறை இருக்கிறது, அதைக் கண்டுபிடித்துச் சரிசெய்தால், எல்லாப் பிரச்னைகளும் தீர்ந்துவிடும்'

பல வருடங்களாக, பெப்ஸியின் ரகசிய ஃபார்முலா மாற்றப்பட வில்லை. அதைத் தூசு தட்டி எடுத்த சார்லஸ் குத், சில மாற்றங்களைச் செய்து பார்த்தார், இதன்மூலம் பெப்ஸியின் சுவை நன்கு மேம்பட்டிருப்பதாக அவருக்குத் தோன்றியது.

இது போதும், கோக-கோலாவை ஓட ஓட விரட்டிவிடலாம்! உற்சாகமாக வேலையில் இறங்கினார் சார்லஸ் குத்.

உடனடியாக, பெப்ஸியின் மேல்மட்ட அதிகாரிகளெல்லாம் ஒரேயடியாக மாற்றப்பட்டார்கள். புதிதாகப் பொறுப்பேற்றுக் கொண்ட நிர்வாகிகள் எல்லோரும், சார்லஸ் குத் ஆசி பெற்ற அதிரடி மன்னர்கள்.

'இந்தப் படை போதுமா, இன்னும் கொஞ்சம் வேணுமா' என்று சார்லஸ் குத் கூச்சல் போட, கோக-கோலா கடுப்பாகிவிட்டது, நேரடியாக நீதிமன்றத்துக்குப் போய்விட்டார்கள்.

கோக-கோலாவின் குற்றச்சாட்டு இதுதான்: 'லாஃப்ட் நிறுவனம் வாடிக்கையாளர்களை ஏமாற்றுகிறது.'

அது எப்படி?

'லாஃப்ட் கடைக்கு வருகிற எல்லோரும், எங்களுடைய கோக-கோலாவைத்தான் விரும்பிக் கேட்கிறார்கள். ஆனால், அவர்களுக்கு பெப்ஸி-கோலாவைக் கலந்து கொடுத்து ஏமாற்றுகிறார் சார்லஸ் குத்.'

கோக-கோலாவின் கோரிக்கை, 'பழையபடி லாஃப்ட் கடைகளில்

கோக-கோலா மட்டும்தான் விற்கப்படவேண்டும், பெப்ஸியை விற்கக்கூடாது'

'இது நல்ல கதையா இருக்கே, என் கடையில எதை விக்கணும், எதை விக்கக்கூடாதுன்னு சொல்றதுக்கு நீங்க யாரு?' நக்கலாகச் சிரித்தார் சார்லஸ் குத், 'உங்க கோக-கோலாவோட ஒப்பிடும்போது, பெப்ஸி-கோலா விலையும் கம்மி, சுவையும் ஜாஸ்தி, அதனாலதான் எல்லா லாஃப்ட் கடைகள்லயும் கோக-கோலாவைத் துரத்தியடிச்சுட்டோம்.'

கோக-கோலா என்ன நினைத்து கோர்ட்டுக்குப் போனார்களோ, இப்போது அவர்களுடைய மானம்தான் கப்பலேறிக் கொண்டிருந்தது.

இதைப் பார்த்து குஷியான சார்லஸ் குத், இறங்கி வந்து இரண்டு சிக்ஸர்கள் அடித்தார், பெப்ஸி-கோலாவும், லாஃப்ட் நிறுவனமும் தனித்தனியே கோக-கோலாமீது வழக்குத் தொடர்ந்தன, 'எங்களுடைய நல்லுறவை கோக-கோலா கெடுக்கப்பார்க்கிறது! அவர்களுக்கு எங்கள்மீது பொறாமை!'

இந்த வழக்குகளை விசாரித்த நீதிபதிகள், நொந்துபோய்த் தலையில் அடித்துக்கொண்டார்கள், 'உங்க பிஸினஸ் போட்டிக்கு கோர்ட்தான் கிடைச்சதா? ஒழுங்கா வேலையைப் போய்ப் பாருங்கய்யா' என்று எல்லா வழக்குகளையும் தள்ளுபடி செய்துவிட்டார்கள்.

கிட்டத்தட்ட இதே நேரத்தில், சார்லஸ் குத், ராய் மெகர்கெல் இருவருக்கும் நடுவே ஒரு புதிய பிரச்னை முளைத்திருந்தது. வேறு என்ன? பண விவகாரம்தான்.

சார்லஸ் குத் பெப்ஸியை வாங்கிய நேரத்தில், ராய் மெகர்கெலுக்கு ஒவ்வொரு வருடமும் இருபத்தைந்தாயிரம் டாலர்கள் ராயல்டி தருவதாக ஒப்புக்கொண்டிருந்தார். ஆனால், இன்றுவரை ஒரு பைசாவைக் கண்ணில் காட்டவில்லை.

இதற்குக் காரணம், சார்லஸ் குத் என்னதான் பெப்ஸி நிர்வாகிகளை மாற்றுவது, ஃபார்முலாவை மாற்றுவது என்று

தலைகீழாக நின்றாலும், அதன் விற்பனையில் துளி முன்னேற்றம் இல்லை. பெப்ஸி நிறுவனம் தொடர்ந்து நஷ்டத்தில்தான் இயங்கிக்கொண்டிருந்தது.

இந்த நிலைமையில், இருக்கும் செலவுகள், கடன்களைச் சமாளிக்கவே பணம் இல்லை, ராய் மெகர்கெலுக்கு எங்கிருந்து ராயல்டி கொடுப்பது?

'அதெல்லாம் எனக்குத் தெரியாது' என்று பிடிவாதம் பிடித்தார் ராய் மெகர்கெல், 'ஒப்பந்தப்படி எனக்கு ராயல்டி பணம் வந்தாகணும், அவ்வளவுதான்.'

'ராயல்டி கொடுக்க என்கிட்டே காசு இல்லை' என்றார் சார்லஸ் குத், 'வேணும்ன்னா பெப்ஸியை உங்களுக்கே திரும்ப விற்றுடறேன், அது ஓகேயா?'

அதிர்ந்துபோனார் ராய் மெகர்கெல். மூன்றாவதுமுறையாக நஷ்டத்தில் மூழ்கிக்கொண்டிருக்கும் ஒரு நிறுவனத்தைக் காசு கொடுத்து வாங்க அவருக்கு என்ன பைத்தியமா?

இந்த விஷயத்தில் சார்லஸ் குத் விளையாடவில்லை. நிஜமாகவே, பெப்ஸி விஷயத்தில் தான் எடுத்த முடிவு தப்பு என்று அவருக்குத் தோன்ற ஆரம்பித்திருந்தது, 'இனிமே இந்தக் கம்பெனியைத் தேற்றுவது கஷ்டம், பேசாம இதை வேற யாருக்காவது விற்றுவிடலாமா?' என்றுதான் தீவிரமாக யோசித்துக்கொண்டிருந்தார்.

ஆனால், இந்த நோஞ்சான் குதிரையை யார் வாங்குவார்கள்?

8. மலிவு விலை மார்க்கெட்டிங்

'அரசியல்ல இதெல்லாம் சாதாரணமப்பா' என்று நம் ஊரில் ஒரு பிரபலமான வசனம் உண்டு.

அதேபோல், பிஸினஸிலும் எல்லாம் சர்வ சாதாரணம். இன்றைக்கு அடித்துக்கொண்டு புரள்கிறவர்கள் நாளைக்குக் கூட்டுச் சேர்ந்து வேலை பார்க்கலாம், நாலு நாள் நல்லுறவுக்குப்பிறகு மறுபடியும் வெட்டு, குத்து என்று இறங்கலாம் எதுவும் நிச்சயமாகச் சொல்வதற்கில்லை.

கோக-கோலாவுடன் முறைத்துக்கொண்டு பெப்ஸியை வாங்கிப்போட்ட சார்லஸ் குத், பிறகு அங்கே ஒரு பிரச்னை என்றதும் சட்டென்று கட்சி மாறினார், மீண்டும் கோக-கோலாவுடன் கைகுலுக்க முன்வந்தார், ஃப்ராங்க் பர்ன்ஸ் *(Frank Burns)* என்பவரைத் தூது அனுப்பினார்:

'அன்புள்ள கோக-கோலாவுக்கு,

இப்பவும் நான் பெப்ஸி-கோலா என்கிற பெயரில் ஒரு குளிர்பானத்தை வெற்றிகரமாக(?) நடத்திவருகிறேன், மிக விரைவில் இந்தப் பானம் உங்களுக்குப் பெரிய போட்டியாக வந்து சட்டையைப் பிடித்து உலுக்கிக் கேள்வி கேட்பது நிச்சயம்.

அப்படி ஓர் அசம்பாவிதம் நடக்காமல் இருப்பதற்காக, நீங்கள் ஏன் இந்தப் பெப்ஸி நிறுவனத்தை விலைக்கு வாங்கிக்கொள்ளக்கூடாது? நீங்கள் 'ஓகே' என்று தலையாட்டினால் போதும், கொள்ளை மலிவாக முடித்துவிடலாம். சரியா?

இப்படிக்கு,

சார்லஸ் குத்.'

அபத்தம்தான், கோழைத்தனம்தான், பச்சை சந்தர்ப்பவாதம்தான், சுயநலம்தான். ஆனால், நாம் எத்தனை கேவலமாகப் பேசினாலும், சார்லஸ் குத் ஒரு தந்திரசாலி பிஸினஸ்மேன் என்பதில்மட்டும் சந்தேகமில்லை.

அன்றைய சூழ்நிலையில், பெப்ஸியைப்பற்றித் தெரிந்த யாரும் அதை விலைக்கு வாங்கமாட்டார்கள், கடைசியில் சார்லஸ் குத் செய்த முதலீடு மொத்தமும் குப்பைத் தொட்டிக்குப் போகவேண்டியதுதான்.

ஆகவே, இதைப் பார்த்துக்கொண்டு சும்மா நிற்பதைவிட, வீண் வீம்பு பார்க்காமல் சண்டைக்காரன் காலிலேயே விழலாம் என்று முடிவு செய்துவிட்டார் சார்லஸ் குத். மிகப் பிரமாதமான ராஜ தந்திரம் அது.

கோக-கோலாவிடம் பெப்ஸியை வாங்கும் அளவுக்குப் பணம் இருக்கிறது, யார் கண்டது? இப்போதே ஒரு போட்டிக் கம்பெனியை விலைக்கு வாங்கி நசுக்கிவிட்டால் நாளைக்கு நிம்மதியாக இருக்கலாமே என்று அவர்கள் யோசிக்கலாம், அதன்மூலம் சார்லஸ் குத் போட்ட பணம் முழுசாகத் திரும்பி வரலாம், அதிர்ஷ்டம் இருந்தால், கொஞ்சம் லாபம்கூடக் கிடைக்கலாம்.

இப்படி யோசித்த சார்லஸ் குத், தன்னுடைய கௌரவத்தை மென்று விழுங்கிவிட்டு, கோக-கோலாவுக்கு ஆள் அனுப்பினார், 'பெப்ஸியை உங்களுக்கு விற்கத் தயாராக இருக்கிறேன்' என்றார்.

ஒருவேளை, கோக-கோலா அவருடைய கோரிக்கையை ஏற்றுக்கொண்டிருந்தால், அதோடு பெப்ஸியின் கதை முடிந்திருக்கும். பின்னாள்களில் அவர்கள் பெப்ஸியோடு போட்டி போடுவதற்காகக் கோடிக்கணக்கில் செலவழித்ததைத் தவிர்த்திருக்கலாம்.

கோக-கோலாவின் சரித்திரத்தில் மிகப் பெரிய தவறு அது – சார்லஸ் குத் 'பெப்ஸியை விற்கிறேன்' என்று வாசலில் வந்து நின்றபோது, 'ம்ஹூம், வேண்டாம்' என்று சொல்லிக் கதவைச் சாத்திவிட்டார்கள்.

காரணம், கோக-கோலா, பெப்ஸியின் வளர்ச்சி சாத்தியங்களைக் குறைத்து மதிப்பிட்டுவிட்டது, 'எப்படியும் திவாலாகப்போகிற கம்பெனி, இதை நாம் விலைக்கு வாங்கி நசுக்கவேண்டுமா? சும்மா ஒதுங்கி நின்று வேடிக்கை பார்த்தால் காசு மிச்சம்' என்று முடிவெடுத்துவிட்டார்கள்.

அவர்களுக்குத் தெரியாத விஷயம், சார்லஸ் குத் அத்தனை சீக்கிரத்தில் தன்னுடைய முதலீட்டை இழக்கமாட்டார். எப்படியாவது அதைத் திரும்ப எடுத்துவிடவேண்டும் என்று கடைசிவரை போராடுவதுதான் அவருடைய சுபாவம்.

கோக-கோலா விஷயத்தில் இன்னொருமுறை ஏமாந்துபோன சார்லஸ் குத், தன்னுடைய வருத்தத்தை மறைத்துக்கொண்டார். மீண்டும் பெப்ஸிக்கு மருந்து போடுகிற வேலைகளில் இறங்கினார்.

அன்றைய அமெரிக்கா, இன்னும் பழைய பங்குச் சந்தைச் சரிவின் அதிர்வுகளில் இருந்து மீளவில்லை. ஏராளமான மக்கள் வேலை இழந்து, வீட்டை இழந்து அரசாங்க உதவியில் வாழ்ந்துகொண்டிருந்தார்கள், அடுத்த வேளைச் சாப்பாட்டுக்குக்கூட வழியில்லாமல் நடுத்தெருவில் கும்பல் கும்பலாகக் கிடந்தவர்கள்தான் அங்கே அதிகம்.

இந்தச் சூழ்நிலையில், யார் கோலா வாங்கிக் குடிப்பார்கள்? பெப்ஸி விற்பனையை எப்படி அதிகரிக்கமுடியும்? புரியாமல் விழித்தார் சார்லஸ் குத்.

சரி, விற்பனையைத்தான் உயர்த்த வழி தெரியவில்லை. அதற்குப் பதிலாகக் கொஞ்சம் செலவுகளையாவது குறைத்துப் பணம் மிச்சப்படுத்த பார்க்கலாமா?

அப்போது பெப்ஸி-கோலா ஒரு விசேஷ பாட்டிலில் அடைக்கப்பட்டு விற்பனைக்குக் கிடைத்தது. இந்த பாட்டிலின் விலை ரொம்ப அதிகம்.

இதைக் கவனித்த சார்லஸுக்கு ஒரு யோசனை - வெறும் பாட்டிலுக்காக இவ்வளவு பணத்தைக் கொண்டுபோய்க் கொட்டவேண்டுமா? இதற்கு வேறு வழி எதுவும் இல்லையா?

உடனடியாக, பழைய பாட்டில் விற்பனையாளர்கள் சிலரிடம் பேச ஆரம்பித்தார் சார்லஸ் குத், 'எனக்குக் கொஞ்சம் மலிவாக, ஆனால் தரமானதாக, எளிதில் உடையாத பாட்டில்கள் வேண்டும், இருக்கிறதா?'

'இருக்கு, ஆனா...'

'என்ன இழுக்கறீங்க? தயங்காம சொல்லுங்க.'

'அதெல்லாம் பழைய பீர் பாட்டில், பரவாயில்லையா?'

'அதனால என்ன? பாட்டிலை நல்லாக் கழுவி சுத்தப்படுத்திட்டுதானே பெப்ஸி ஊத்தப்போறோம்? எங்களுக்கு இதில எந்த ஆட்சேபணையும் இல்லை' என்றார் சார்லஸ் குத்.

அன்றைய பெப்ஸி பாட்டிலுடன் ஒப்பிடும்போது, பழைய பீர் பாட்டில்கள் ரொம்ப மலிவு. இதைப் பயன்படுத்துவதன்மூலம் மிச்சமாகிற பணம், பெப்ஸியின் நஷ்டத்தைக் கொஞ்சமாவது அடைக்கும்.

ஆனால், ஒரே ஒரு பிரச்னை - பீர் பாட்டில்களின் அளவு, பன்னிரண்டு அவுன்ஸ் (சுமார் 350 மில்லி).

அப்போதைய அமெரிக்காவில், குளிர்பானங்கள் எல்லாமே, ஆறு அவுன்ஸ் (சுமார் 175 மில்லி) அளவில்தான் விற்பனைக்குக்

கிடைத்தன, ஆனால் இந்த பாட்டில் அதைப்போல் இருமடங்கு பெரிதாக இருந்தது.

என்ன செய்யலாம்? பன்னிரண்டு அவுன்ஸ் பாட்டிலில், ஆறு அவுன்ஸ் பெப்ஸியைமட்டும் நிரப்பிக் கொடுக்கலாமா?

ம்ஹூம், அது நன்றாக இருக்காது, வேறு ஏதோ பழைய பாட்டிலை வாங்கிப் பயன்படுத்துகிறோம் என்கிற உண்மையை வெளிச்சம் போட்டுக் காட்டிவிடும்.

வேறு வழியில்லாமல், அந்த பாட்டிலில் முழுசாகப் பன்னிரண்டு அவுன்ஸ் பெப்ஸியை அடைத்து விற்க ஆரம்பித்தார் சார்லஸ் குத். இந்தப் பெரிய பாட்டிலின் விலையும் இரண்டு மடங்கு - பத்து சென்ட்.

மற்ற குளிர்பானங்களெல்லாம் ஐந்து சென்ட் விலைக்கு விற்றுக்கொண்டிருக்கும்போது, பெப்ஸிமட்டும் பத்து சென்ட் என்றால் எப்படி? மக்கள் வாங்குவார்களா?

அதனால் என்ன? நாம்தான் ஆறு அவுன்ஸுக்குப் பதில் பன்னிரண்டு அவுன்ஸ் தருகிறோமே? அந்தக் கணக்குப்படி பார்த்தால் இது நியாயமான விலைதானே?

கணக்கெல்லாம் சரியாகத்தான் இருந்தது. ஆனால் அப்போதும் மக்கள் பெப்ஸியை வாங்கவில்லை - முன்பு சின்ன பாட்டில்களைப் புறக்கணித்த அதே வேகத்தில், இந்தப் பெரிய பாட்டில்களையும் ஒதுக்கித் தள்ளினார்கள்.

சார்லஸ் குத் நொந்துபோனார், பீர் பாட்டில்களில் நிரம்பி வழிந்த பெப்ஸியை என்ன செய்வது, எப்படி விற்பது என்று அவருக்குச் சுத்தமாகப் புரியவில்லை.

அப்போதுதான், யாரோ யோசித்தார்கள் - இந்தப் பெரிய பாட்டில்களையெல்லாம் சும்மா அடுக்கிவைத்திருப்பதில் அர்த்தமே இல்லை, பேசாமல் வருகிற விலைக்குக் கழித்துக்கட்டிவிடலாமே!

உடனே, 'அதிரடி விலைக் குறைப்பு' என்று போர்ட் மாட்டப்பட்டது, '12 அவுன்ஸ் பெப்ஸி-கோலா, வெறும் 5 சென்ட்மட்டும்.'

அவ்வளவுதான், கண் மூடித் திறப்பதற்குள் எல்லா பாட்டில்களும் காணாமல் போய்விட்டன.

சார்லஸ் குத் 'அப்பாடா, ஒரு தொல்லை ஒழிஞ்சது' என்று சந்தோஷப்படவில்லை, அவருக்கு ஒரு புது மார்க்கெட்டிங் தந்திரம் தோன்றியிருந்தது.

இத்தனை வருடமாக, பெப்ஸி கோக-கோலாவுடன் முட்டி மோதிக்கொண்டிருக்கிறது, ஆனால் விற்பனையில் ஒரு சின்ன முன்னேற்றம்கூட இல்லை.

இதற்கு முக்கியமான காரணம், பெப்ஸியும் கோக-கோலாவும் கிட்டத்தட்ட ஒரே அளவு, ஒரே விலை. அப்புறம் ஏன் மக்கள் பெப்ஸி வாங்கவேண்டும்? பிரபலமான, எல்லோரும் விரும்புகிற கோக-கோலாவையே வாங்கிக் குடித்துவிட்டுப் போகலாமே!

இப்போது, பெப்ஸியின் விலையை '12 அவுன்ஸ் 5 சென்ட்' என்று குறைத்தவுடன், அது கோக-கோலாவைவிடக் கொள்ளை மலிவாகிவிட்டது - அங்கே 5 சென்ட் கொடுத்தால் ஆறரை அவுன்ஸ் கோக-கோலாதான் கிடைக்கும், ஆனால் இங்கே அதே காசுக்கு 12 அவுன்ஸ் பெப்ஸி-கோலா கிடைக்கிறது.

ஒரு பெரிய பொருளாதாரச் சரிவில் சிக்கித் திணறிக்கொண்டிருந்த அமெரிக்கர்கள், மிகவும் சிக்கனமாக வாழவேண்டிய கட்டாயத்துக்குத் தள்ளப்பட்டிருந்தார்கள், இதுபோன்ற மலிவு விலைப் பொருள்களைத் தேடித் தேடி வாங்கினார்கள்.

இதுதவிர, வேலையில்லாத் திண்டாட்டத்தால் நடுத்தெருவுக்கு வந்திருந்த பலர், கோலா பானமெல்லாம் வாங்கிக் குடிக்கமுடியாத நிலைமையில் இருந்தார்கள். அவர்களுக்கு இந்த '12 அவுன்ஸ் 5 சென்ட்' பெப்ஸி மிகவும் பயனுள்ளதாக இருக்கும்.

சார்லஸ் குத் யோசித்தார், கோக-கோலாவைப்போல நம்மால் நிறையச் செலவழித்து விளம்பரம் செய்யமுடியாது, ஆனால், இப்படி விலையை அதிரடியாகக் குறைத்தால் விளம்பரம் இல்லாமலேயே மக்கள் நம்மைத் தேடி வருவார்கள்.

கொஞ்சம் ரிஸ்க்தான். ஆனால் இந்த '12 அவுன்ஸ் - 5 சென்ட்' மலிவு விலை பாட்டிலை அமெரிக்காமுழுவதும் முயற்சி செய்து பார்க்கலாம் என்று முடிவெடுத்துவிட்டார் சார்லஸ் குத்.

பெப்ஸியின் பிஸினஸ் சரித்திரத்தில் நிஜமான திருப்புமுனை அதுதான். நேற்றுவரை பத்தோடு பதினொன்றாக, கோக-கோலாவின் டூப்ளிகேட் வடிவமாகமட்டுமே கருதப்பட்ட பெப்ஸி-கோலா, இப்போது எல்லோரும் அவசியம் வாங்கவேண்டிய ஒரு பொருளாக மாறிவிட்டது, காரணம், பாதிக்குப் பாதி விலை!

இந்த விஷயத்தை, பெப்ஸி பிரமாதமாகப் பயன்படுத்திக் கொண்டது, '5 சென்ட்க்கு ஒன்று இல்லை, இரண்டு பாட்டில்கள்', 'நீங்கள் கொடுக்கும் பணத்துக்கு அதிக மதிப்பு' என்றெல்லாம் பெரிய அளவில் விளம்பரம் செய்தார்கள்.

பெப்ஸியின் இந்த அதிரடி விலைக் குறைப்புக்கு உடனடி பலன் கிடைத்தது. 'கோக-கோலாவுக்குப் பதிலாக பெப்ஸிக்கு மாறினால், மாதாந்திர கோலா பட்ஜெட் பாதியாகக் குறையும்' என்று நடுத்தரக் குடும்பங்கள் பரபரப்பாகப் பேசிக்கொண்டன, விற்பனை கிராஃப் முன்பு எப்போதும் இல்லாத அளவுக்கு அதிவேகமாக ஏறியது.

ஆனால், இப்படி பெப்ஸியைப் பாதிக்குப் பாதி விலைக்கு விற்பனை செய்தால் எப்படிக் கட்டுப்படியாகும்? நஷ்டம் வராதா?

குளிர்பானத்தொழிலில், லாபத்தின் சதவிகிதம் ரொம்ப அதிகம். ஏனெனில், சில பைசா செலவில் தயாரிக்கிற சிரப்பை வைத்துக்கொண்டு, பல ரூபாய்களுக்குக் குளிர்பானங்கள் செய்து விற்கமுடியும்.

இந்தக் கணக்கின்படி பார்த்தால், பெப்ஸியை இப்படி ரொம்பக் குறைந்த விலையில் விற்பதன்மூலம் அவர்களுக்கு லாபம் கொஞ்சம் குறையும், ஆனால் நஷ்டமெல்லாம் வராது.

'நமக்கு அந்த லாபம் போதும்' என்றார் சார்லஸ் குத், 'சொல்லப் போனால், நாம் இப்படி விலையைக் குறைப்பதால் இன்னும் அதிக மக்கள் பெப்ஸி வாங்குவார்கள். அதனால் கூடுதல் லாபம் வருமே தவிர, குறையாது!'

அவர் நினைத்ததுபோலவே, பெப்ஸியின் விலைக் குறைப்பு காரணமாக அதன் விற்பனை கணிசமாக அதிகரித்தது, அதுவரை தொடர்ந்து நஷ்டத்தில் இயங்கிக்கொண்டிருந்த பெப்ஸி நிறுவனம் மீண்டும் லாபத்துக்குத் திரும்புகிற சூழ்நிலை ஏற்பட்டது.

உற்சாகமான சார்லஸ் குத், நாடுமுழுவதும் பலமான பெப்ஸி விநியோக நெட்வொர்க் அமைக்கும் வேலைகளில் இறங்கினார், 12 அவுன்ஸ் பெப்ஸி அமெரிக்காவின் மூலைமுடுக்குகளில்கூடச் சுலபமாகக் கிடைக்கும்படி பார்த்துக்கொண்டார்.

இந்த விஷயத்தில் அவர் அதிகம் கஷ்டப்படவேண்டியிருக்கவில்லை. 12 அவுன்ஸ் பெப்ஸி 5 சென்ட்க்குக் கிடைக்கிறது என்று தெரிந்தவுடனேயே, மக்கள் தங்களுடைய கடைக்காரர்களை நச்சரிக்க ஆரம்பித்திருந்தார்கள், 'பெப்ஸி எங்கே? அதை வாங்கி வைக்காம என்னய்யா கடை நடத்தறே நீ?'

இப்படி நாடுமுழுவதும் மக்களே பெப்ஸியைக் கேட்டு வாங்குகிற அதிசயம் முதன்முறையாக நிகழ்ந்தது. பல தடுமாற்றங்களுக்குப் பிறகு, கடைசியாக பெப்ஸி ஜெயித்துவிட்டது.

அது சரி, பெப்ஸியின் இந்தத் திடீர் வெற்றியால் கோக-கோலா நிறுவனம் எந்த அளவு பாதிக்கப்பட்டது?

அமெரிக்காவில் பெப்ஸி விற்பனை அதிகரிக்கிறது என்றாலே, கோக-கோலாவின் விற்பனை நிச்சயமாகக் குறைந்திருக்கும். ஆனால், இதன்மூலம் கோக-கோலாவுக்குப் பெரிய பாதிப்பு எதுவும் ஏற்படவில்லை என்பதுதான் உண்மை.

காரணம், என்னதான் பெப்ஸி விலை குறைந்தாலும், தொடர்ந்து கோக-கோலாவை மட்டுமே குடிக்க விரும்பும் ரசிகர்கள் அமெரிக்கா முழுவதும் இருந்தார்கள், 'என்னய்யா பெரிய பெப்ஸி, பாதி விலைக்குக் கொடுத்தா ஆச்சா? எங்க கோக-கோலா டேஸ்ட் வருமா?' என்று சிலிர்க்கும் இந்த விசிலடிச்சான் குஞ்சுகள் உள்ளவரை கோக-கோலாவின் அடித்தளத்தை யாராலும் அசைக்க முடியாது.

அடுத்தபடியாக, 'குறைந்த விலை, அதிக பெப்ஸி' என்று விளம்பரம் செய்வதன்மூலம், சார்லஸ் குத் தன்னையும் அறியாமல் ஒரு பெரிய வலைக்குள் சிக்கிக்கொண்டிருந்தார் - 'பெப்ஸி ஒரு மலிவு விலைப் பொருள்' என்கிற அழுத்தமான பிம்பம் உருவாகிவிட்டது.

இதைப் புரிந்துகொள்வதற்கு, ஒரு சின்ன உதாரணம் பார்க்கலாம் - இரண்டு பேர் கடைக்குப் போகிறார்கள். ஒருவர் விலை அதிகமான, பிரபலமான பிராண்ட் சட்டையைத் தேர்ந்தெடுக்கிறார், இன்னொருவர் மலிவான உள்ளூர் சட்டையை வாங்குகிறார்.

அடுத்த நாள், இந்த இருவருமே புதுச் சட்டை அணிந்துகொண்டு அலுவலகத்துக்குப் போகிறார்கள். ஆனால், அதிக விலை கொடுத்துச் சட்டை வாங்கியவர்தான் அதைப்பற்றிப் பெருமை அடித்துக்கொள்வார், இன்னொருவர் இருக்கும் இடம் தெரியாமல் உட்கார்ந்திருப்பார். இல்லையா?

அதே பிரச்னைதான் இங்கேயும். கோக-கோலா குடிப்பவர்கள் அதைப் பெருமையோடு செய்தார்கள், ஆனால் பெப்ஸி வாங்கியவர்கள், 'காசு மிச்சப்படுத்துவதற்காக ஒரு மலிவான பொருளை வாங்கியிருக்கிறோம்' என்று உள்ளுக்குள் வெட்கப்பட்டார்கள், அதை வெளியே சொல்லத் தயங்கினார்கள்.

இதனால், மக்கள் தங்களுடைய குடும்பத்தினருடன் குளிர்பானம் அருந்தும்போது, பெப்ஸியைத் தேர்ந்தெடுத்தார்கள், ஆனால் வீட்டுக்கு யாராவது உறவினர்கள் வந்தால், விலை

அதிகமானாலும் பரவாயில்லை என்று கோக-கோலாவை வாங்கி வைத்தார்கள். இன்னும் சில கில்லாடிகள், பெப்ஸியை வாங்கி, அதைக் கோக-கோலா பாட்டிலில் ஊற்றிப் பந்தாவாகப் பரிமாறியதும் உண்டு.

ஆக, கோக-கோலா ஒரு பணக்கார பானம், பெப்ஸி ஏழைகளுக்கானது, கையில் அதிகக் காசு இல்லாதவர்கள்தான் அதை வாங்குவார்கள் - இதுதான் அப்போதைய அமெரிக்காவின் பொதுச் சிந்தனையாக இருந்தது.

மிகவும் நுணுக்கமான இந்த மனத்தடை, பெப்ஸியின் அடுத்த கட்ட வளர்ச்சியைக் கடுமையாகப் பாதித்தது. இந்த 'மலிவு' அடையாளத்திலிருந்து வெளியே வருவதற்கு அவர்கள் பல வருடம் போராடவேண்டியிருந்தது.

ஆனால், அதற்கெல்லாம் இன்னும் ரொம்பக் காலம் இருக்கிறது. இப்போதைக்கு, ஒவ்வொரு மாதமும் பெப்ஸியின் விற்பனை பல ஆயிரம் டாலர்கள் அதிகரித்துக்கொண்டே சென்றது.

இதன் அர்த்தம், படுமோசமான ஒரு சூழலில் இருந்து எப்படியோ திக்கித் திணறி வெளியே வந்துவிட்டது பெப்ஸி, கையில் ஓரளவு பணம் சேர்ந்திருக்கிறது, பாட்லர் நெட்வொர்க் வலுவாகிக்கொண்டிருக்கிறது, இனிமேல் சின்னச் சின்னத் தடுமாற்றங்களுக்கெல்லாம் கீழே விழுந்து பல் உடையவேண்டியிருக்காது.

'அப்பாடா' என்று சார்லஸ் குத் நிம்மதியாகச் சாய்ந்து உட்கார்ந்தபோது, அடுத்த பிரச்னை ஆரம்பித்தது - இந்தமுறை, நீதிமன்றத்தில்!

9. யாருக்கு யார் சொந்தம்?

பாவம், நீங்களும் ரொம்ப நேரமாகப் புத்தகம் படித்துக் கொண்டிருக்கிறீர்கள், உங்களுக்கு ஒரு சின்னப் புதிர் போடட்டுமா?

கொஞ்சம் பின்னால் போய், சார்லஸ் குத் எப்படி பெப்ஸியை வாங்கினார் என்கிற கதையை ஒருமுறை புரட்டிப்பார்த்துவிட்டு வாருங்கள், அவசரமில்லை, கொஞ்சம் நிதானமாகவே பார்க்கலாம்.

ஆச்சா, இப்போது கேள்வி: பெப்ஸி நிறுவனத்தை விலைக்கு வாங்கியது யார்? சார்லஸா, அல்லது அவருடைய லாஃப்ட் நிறுவனமா?

'இரண்டும் ஒன்றுதானே' என்கிறீர்களா? ம்ஹூம், இல்லை, இதற்கும் அதற்கும் ஏகப்பட்ட வித்தியாசம் இருக்கிறது!

சார்லஸ் குத் என்பவர், ஒரு தனிநபர், அவர் பெப்ஸியை வாங்கி நடத்தினால், அதில் வருகிற லாபமெல்லாம் அவருடைய சொந்தக் கல்லாப்பெட்டிக்குத்தான் போய்ச் சேரும்.

அதேசமயம், லாஃப்ட் என்பது, சார்லஸ் குத் தலைமையேற்று நடத்துகிற ஒரு நிறுவனம். அதில் மற்றவர்களும் முதலீடு செய்திருக்கிறார்கள்.

ஆக, இப்போது லாஃப்ட் நிறுவனம் பெப்ஸியை வாங்கினால் என்ன ஆகும்? பெப்ஸி மூலம் கிடைக்கிற லாபங்கள்முழுக்க, லாஃப்ட் நிறுவனத்துக்குச் சென்றுசேரும், இதனால் சார்லஸ் குத்மட்டுமில்லை, லாஃப்டில் முதலீடு செய்திருக்கிற எல்லோரும் பலன் பெறுவார்கள்.

இப்போது சொல்லுங்கள், பெப்ஸிக்கு முதலாளி யார்? சார்லஸ் குத்? அல்லது லாஃப்ட்?

என்ன? குழப்புகிறதா? 1934ல் லாஃப்ட் நிர்வாகிகளுக்கும் இப்படித்தான் தலைசுற்றியது. அடுத்து என்ன செய்வது என்றே புரியாமல் தடுமாறிப்போனார்கள்.

இதற்குக் காரணம், லாஃப்ட் நிறுவனத்தின் தலைவர் சார்லஸ் குத், இப்போது பெப்ஸியையும் ஆட்டிப்படைத்துக்கொண்டிருக்கிறார் - இங்கே ஒரு கால், அங்கே ஒரு கால் என்று இரட்டைக் குதிரைச் சவாரி.

சார்லஸ் குத் எத்தனை குதிரைகளில் வேண்டுமானாலும் சவாரி செய்யட்டும், ஆனால், அந்தக் குதிரைகள் எல்லாவற்றையும் சரியாகக் கவனித்து ஓட்டவேண்டுமில்லையா?

இங்கேதான் பெரிய பிரச்னையாகிவிட்டது, பெப்ஸியில் ஏகப்பட்ட லாபம் வருவதால், தன்னுடைய முழு நேரம், கவனத்தையும் அங்கேயே மொத்தமாகக் குவித்துவிட்டார் சார்லஸ் குத், லாஃப்ட் நிறுவனத்தின் பணிகளை அவரால் ஒழுங்காகக் கவனிக்கமுடியவில்லை.

இதனால், ஒருகாலத்தில் நல்ல லாபம் சம்பாதித்துக்கொண்டிருந்த லாஃப்ட் நிறுவனம், இப்போது நஷ்டத்தில் திக்கித் திணறியது. இந்தச் சரிவிலிருந்து மீண்டு வருவது எப்படி என்று அங்கே யாருக்கும் புரியவில்லை.

லாஃப்டைப் பொறுத்தவரை, சார்லஸ் குத் ஒருவர்தான் மஹாராஜா. அவருக்குக் கீழே வேலை செய்கிற எல்லோருமே சேவகர்கள்தான்.

இதனால், சார்லஸ் குத் பெப்ஸியில் முழு கவனம் செலுத்த ஆரம்பித்ததும், லாஃப்ட் நிறுவனம் கேப்டன் இல்லாத கப்பலாகத் தடுமாறியது. அடுத்த நிலைத் தலைவர்களால் நிலைமையைச் சமாளிக்கமுடியவில்லை.

அப்போதும், ‘எந்நேரமும் பெப்ஸியைக் கட்டிக்கிட்டு அழுதா எப்படி? கொஞ்சம் லாஃப்டையும் கவனிங்க சார்’ என்று சார்லஸுக்குப் புத்தி சொல்ல யாரும் இல்லை. எல்லோரும் ஒருவர் முகத்தை ஒருவர் பார்த்துக்கொண்டு நின்றார்கள்.

சார்லஸ் குத் இதைப்பற்றிப் பெரிதாக அலட்டிக்கொள்ளவில்லை, ‘இந்த வருஷம் இல்லாவிட்டால், அடுத்த வருஷம் லாபம் வரும், நோ ப்ராப்ளம்’ என்று அலட்சியமாகச் சொல்லிவிட்டார்.

அவருக்கென்ன? லாஃப்ட் கம்பெனி மூழ்கிப்போனாலும், பெப்ஸி-கோலா காப்பாற்றிவிடும். இங்கே இருக்கிறவர்களுடைய கதி?

நஷ்டம் நாளுக்கு நாள் அதிகரிப்பதைப் பார்த்த லாஃப்ட் அதிகாரிகள் பதறிப்போனார்கள், மெல்ல அங்கும் இங்கும் முணுமுணுப்புகள் ஆரம்பித்தன.

இந்த நேரத்தில்தான், சார்லஸ் குத் ஒரு பெரிய தப்பு செய்தார், லாஃப்ட் நிறுவனத்தின் செலவைக் குறைக்கிறேன் பேர்வழி என்று, பல ஊழியர்கள், தொழிலாளிகளின் சம்பளத்தை வெட்டிவிட்டார்!

அவ்வளவுதான், தொழிலாளர்கள் பொங்கி எழுந்துவிட்டார்கள், ‘இந்தக் கம்பெனியை ஒழுங்காக நடத்தத் தெரியாத சார்லஸ் குத் உடனடியாக வெளியேறவேண்டும்’ என்று கோஷம் போட ஆரம்பித்தார்கள்.

'இந்த மிரட்டலுக்கெல்லாம் நான் பணியமாட்டேன்' என்று பிடிவாதமாகக் கையைக் கட்டிக்கொண்டார் சார்லஸ் குத், 'நான் எடுத்த முடிவை மாற்றுவதாக இல்லை'

உடனே, தொழிலாளர்கள் சார்லஸ் குத் அறையைச் சூழ்ந்துகொண்டார்கள். கொஞ்சம் அசந்தால் உள்ளே புகுந்து அவரை அடித்துப் பின்னிவிடுவார்கள் என்கிற சூழ்நிலை.

பயந்துபோன தொழிற்சாலை நிர்வாகம், போலீஸைக் கூப்பிட்டது. அவர்கள் வந்து சார்லஸை விடுதலை செய்து பாதுகாப்புடன் அழைத்துப்போனார்கள்.

சார்லஸ் குத் யோசித்தார், இன்றைக்குப் போலீஸ் வரும்? நாளைக்கு? ஒவ்வொரு நாளும் அவர்களைப் பாதுகாப்புக்குக் கூப்பிடமுடியுமா? இனிமேல் லாஃப்ட்டில் தனக்கு மரியாதை இருக்காது என்பது அவருக்குப் புரிந்தது.

அதான் பெப்ஸி இருக்கே? இனிமே அந்த மிட்டாய்த் தொழிலெல்லாம் எதுக்கு? - இப்படிச் சிந்தித்த சார்லஸ் குத், லாஃப்ட் நிறுவனத்தின் தலைமைப் பதவியை ராஜினாமா செய்துவிட்டார்.

உடனடியாக, லாஃப்ட் நிறுவனத்தின் புதிய தலைவர் தேர்ந்தெடுக்கப்பட்டார். அவர் பெயர், ஜேம்ஸ் கார்க்னர் *(James W. Carkner)*.

இந்த ஜேம்ஸ் கார்க்னருக்கு, மிட்டாய் / சாக்லெட் தயாரிப்புத் தொழிலில் நல்ல அனுபவம் உண்டு. அவர் கைவைத்தால் லாஃப்டின் நஷ்டங்களை ஓரளவு சமாளிக்கமுடியும் என்று மற்ற முதலீட்டாளர்கள் நம்பினார்கள்.

அவர்கள் நினைத்ததுபோலவே, ஜேம்ஸ் கார்க்னர் தன்னுடைய முழுத் திறமையையும் கொட்டி லாஃப்ட் நிறுவனத்தை முன்னேற்ற முயற்சி செய்தார். ஆனால், அவர் எவ்வளவுதான் பாடுபட்டாலும், செலவுகளைச் சமாளிக்கமுடியவில்லை, விற்பனையை உயர்த்தும் வழி தெரியவில்லை.

இந்த நேரத்தில்தான், அவருக்கு ஒரு ரகசியத் தகவல் கிடைத்தது, 'லாஃப்ட் கம்பெனியிலிருந்து சார்லஸ் குத் நிறையப் பணம் திருடியிருக்கார், கொஞ்சம் கவனிங்க.'

ஆரம்பத்தில் ஜேம்ஸ் கார்க்னர் இதை நம்பவில்லை, 'சார்லஸ் குத் கொஞ்சம் முரட்டுத்தனமான ஆள்தான், ஆனா இப்படிச் சொந்தக் கம்பெனியில பணம் திருடுற அளவுக்குப் போகமாட்டார்!'

ஆனால், ஒரு சந்தேகம் என்று வந்துவிட்டபிறகு, அது சரியா, தப்பா என்று உறுதிப்படுத்திக்கொள்வதுதானே நல்லது? உடனடியாக ஒரு வழக்கறிஞரைத் தொடர்புகொண்டார் ஜேம்ஸ் கார்க்னர்.

அந்த வழக்கறிஞர் பெயர், ஹெர்பெர்ட் சிங்கர் (Herbert M. Singer). ஜேம்ஸ் கார்க்னர் சொல்வதையெல்லாம் பொறுமையாகக் கேட்ட அவர், விழுந்து விழுந்து சிரிக்க ஆரம்பித்துவிட்டார்.

'பின்னே என்ன சார்? சார்லஸ் குத் எப்பேர்ப்பட்ட மனுஷன், அவரைப்போய் திருடன்னு சொல்றீங்களே, யார் நம்புவாங்க?'

'எனக்கும் நம்பிக்கை இல்லைதான். ஆனா, நிஜமாவே இங்கே இப்படி ஒரு தப்பு நடந்திருக்குன்னு சிலர் அடிச்சுச் சொல்றாங்க.'

'யார் அந்தச் சிலர்? நான் அவங்களைச் சந்திக்கணுமே.'

சார்லஸுக்கு எதிராகக் குற்றம் சாட்டிய ஊழியர்களை நேரில் சந்தித்துப் பேசினார் ஹெர்பெர்ட் சிங்கர். அவர்கள் சொல்வதையெல்லாம் கேட்டபிறகு, அவர் மனத்திலும் ஒரு சந்தேக முடிச்சு விழுந்துவிட்டது.

'மிஸ்டர் கார்க்னர், சார்லஸ் குத் ஏதோ ஒரு காரணத்துக்காக லாஃப்ட்லிருந்து பணம் எடுத்திருக்கார்ன்னுதான் எனக்குத் தோணுது.'

'எப்படிச் சொல்றீங்க?'

'ஒரு ஊகம்தான்' என்றார் ஹெர்பெர்ட் சிங்கர், 'இதை நாம உறுதிப்படுத்திக்கணும்ன்னா, உங்க கம்பெனியோட பழைய கணக்குகளையெல்லாம் நான் அலசிப்பார்க்கணும்.'

ஜேம்ஸ் கார்க்னருக்குப் பகீரென்றது, இந்த வழக்கறிஞரைக் கூட்டிக்கொண்டு லாஃப்ட் அலுவலகத்துக்குப் போய் நின்றால், வேறு வினையே வேண்டாம், தகவல் உடனடியாக சார்லஸ் குத் காதுகளுக்குப் போய்விடும். அப்புறம் நான் காலி!

ஆனால், ஜேம்ஸ் கார்க்னர் ஏன் சார்லஸைப் பார்த்து பயப்படவேண்டும்?

காரணம் இருக்கிறது. சார்லஸ் குத் லாஃப்ட் நிறுவனத்தின் தலைமைப் பதவியை ராஜினாமா செய்திருந்தாலும், அந்தக் கம்பெனியில் ஏகப்பட்ட பங்குகளைச் சுருட்டி வைத்திருக்கிறார். அப்போதைய நிலைமையில் அவர்தான் அந்த நிறுவனத்தின் பெரும்பான்மைப் பங்குதாரர் - *Major Shareholder.*

இதன் அர்த்தம், சார்லஸ் குத் நினைத்தால் எப்போது வேண்டுமானாலும் ஜேம்ஸ் கார்க்னரைத் தூக்கி எறியலாம், அவரே மீண்டும் தலைவராகலாம், அல்லது அவருக்குப் பிடித்த ஒரு தலையாட்டிப் பொம்மையைத் தலைமைப் பதவியில் உட்காரவைத்து வேடிக்கை பார்க்கலாம், மற்ற அதிகாரிகளையும் அவருடைய இஷ்டம்போல் மாற்றிவைத்து விளையாடலாம்.

இதையெல்லாம் ஹெர்பெர்ட் சிங்கருக்கு விளக்கிச் சொன்னார் ஜேம்ஸ் கார்க்னர், 'எங்க ஆஃபீஸ்ல சார்லஸ் குத் ஆளுங்க நிறையப் பேர் இருக்காங்க, நான் உங்களை அங்கே கூட்டிக்கிட்டுப் போகமுடியாது.'

'சரி, அப்ப என்னதான் செய்யறது?'

ஜேம்ஸ் கார்க்னர் யோசித்தார். அவருக்கு ஒரு நல்ல வழி தோன்றியது - பகல் நேரத்தில் துப்பறிந்தால்தானே பிரச்னை? அதையே ராத்திரியில் செய்தால்? காதும் காதும் வைத்தமாதிரி முடித்துவிடலாம், ஒரு பயலுக்கு விஷயம் தெரியாது!

‘டபுள் ஓகே’ என்றார் ஹெர்பெர்ட் சிங்கர், ‘அப்போ நாளைக்கு ராத்திரி, ஆரம்பிச்சுடலாமா?’

மறுநாள், இரவு ஒன்பது மணி, லாஃப்ட் அலுவலகம் வெறிச்சோடிக் கிடந்தது, ராத்திரி வாட்ச்மேனைத் தவிர வேறு யாரும் இல்லை.

ஹெர்பெர்ட் சிங்கரைக் கூட்டிக்கொண்டு அவசரமாக உள்ளே நுழைந்தார் ஜேம்ஸ் கார்க்னர், லாஃப்ட் நிறுவனத்தின் பழைய கணக்குகள் வைக்கப்பட்டிருக்கும் அறையை நோக்கி இருவரும் நடந்தார்கள்.

ஜேம்ஸ் கார்க்னர் ஒருபக்கமாக உட்கார்ந்துகொள்ள, ஹெர்பெர்ட் சிங்கர் வேலையில் இறங்கினார், ஒவ்வொரு கணக்கு, ஒவ்வொரு ரசீதாகப் பார்த்துக் குறிப்பெடுக்கத் தொடங்கினார்.

கிட்டத்தட்ட ஐந்து மணி நேரங்களுக்குப் பிறகு, ஹெர்பெர்ட் சிங்கர் எழுந்துகொண்டார், ‘நாம புறப்படலாமா?’

அப்போது நேரம், அதிகாலை இரண்டு மணி. கணக்குகளைப் பழையபடி அடுக்கி வைத்துவிட்டு அவர்கள் புறப்பட்டார்கள்.

இப்படி ஒரு நாள், இரண்டு நாள் இல்லை, முழுசாக இரண்டு வாரங்களுக்குத் தினமும் இரவு ஒன்பது மணிமுதல் அதிகாலைவரை ஜேம்ஸ் கார்க்னரும் ஹெர்பெர்ட் சிங்கரும் ‘நைட் டியூட்டி’ பார்க்கவேண்டியிருந்தது.

கடைசியாக, ஹெர்பெர்ட் சிங்கர் தன்னுடைய முடிவைச் சொன்னார், ‘நிச்சயமா சார்லஸ் குத் உங்க கம்பெனியிலிருந்து பணம் எடுத்திருக்கார், அதில் சந்தேகமே இல்லை’

‘எவ்வளவு பணம்?’

‘முப்பதாயிரம் டாலர்.’

‘அது ஒரு பெரிய தொகை இல்லையே!’

'உண்மைதான். ஆனா, இதுமாதிரி அவர் இன்னும் எவ்வளவு பணத்தை எடுத்திருக்காரோ, யாருக்குத் தெரியும்?' என்றார் ஹெர்பெர்ட் சிங்கர், 'பணம் மட்டுமில்லை, இன்னும் லாஃப்ட் கம்பெனியோட ஃபேக்டரி, தொழிலாளிங்க, சோடா ஃபௌன்டைன்ஸ் எல்லாத்தையும் அவர் தன்னோட சொந்தத் தொழிலுக்குப் பயன்படுத்தியிருக்கார், இது பெரிய தப்பில்லையா?'

ஜேம்ஸ் கார்க்னருக்கு இப்போதுதான் விஷயத்தின் தீவிரம் புரிய ஆரம்பித்தது. லாஃப்ட் நிறுவனத்தின் பணத்தை வைத்துதான் சார்லஸ் குத் பெப்ஸியை வாங்கி நடத்தியிருக்கிறார்!

இதனால், சட்டப்படி பார்த்தால் பெப்ஸி நிறுவனம் மொத்தமும் லாஃப்ட்க்குதான் சொந்தம். அங்கே வருகிற லாபங்களெல்லாம் லாஃப்டுக்குதான் சேரவேண்டும்.

ஆனால், இதையெல்லாம் சார்லஸ் குத் ஒப்புக்கொள்வாரா?

நிச்சயமாக மாட்டார். லாஃப்ட் நிறுவனம் அவர்மேல் வழக்குப் போடவேண்டியதுதான், வேறு வழியே இல்லை.

ஒரே பிரச்னை, அப்போது லாஃப்ட் நிறுவனத்தின் கையில் சுத்தமாகப் பைசா இல்லை. இந்த லட்சணத்தில் வழக்கு நடத்துவது எப்படி? ஜேம்ஸ் கார்க்னருக்குக் குழப்பம்.

ஆனால், அவர் யோசித்துத் தயங்குகிற ஒவ்வொரு நிமிடமும், லாஃப்ட்க்கு ஆபத்து - இப்படித் தனக்கு எதிராக ஒரு சதி வலை பின்னப்படுகிறது என்று சார்லஸ் குத் மோப்பம் பிடித்துவிட்டால் போச்சு, உடனடியாக ஜேம்ஸ் கார்க்னரை வீட்டுக்கு அனுப்பிவிடுவார்!

1935ம் வருட இறுதியில் (டிசம்பர் 30), லாஃப்ட் நிறுவனம் சார்லஸ் குத் மீது வழக்குத் தொடர்ந்தது, 'பெப்ஸி-கோலா கம்பெனி, அதன் பிராண்ட், ஃபார்முலா எல்லாமே எங்களுக்குதான் சொந்தம்.'

சார்லஸ் குத் கொதித்துப் போனார். 'என்னையா அழிக்கப்பார்க்கறீங்க, உங்களை என்ன செய்யறேன் பாரு' என்று தமிழ் சினிமா வில்லன்போல ஆத்திரத்தில் கையைப் பிசைந்தார்.

அடுத்து என்ன நடக்கும் என்று ஜேம்ஸ் கார்க்னருக்கு நன்றாகப் புரிந்திருந்தது - சார்லஸ் குத் தன்னுடைய லாஃப்ட் நிறுவனப் பங்குகளைப் பயன்படுத்தி மீண்டும் கம்பெனியை அவருடைய கட்டுப்பாட்டில் கொண்டுவர முயற்சி செய்வார், அதற்குள் நாம் முந்திக்கொள்ளவேண்டும்.

அவசர அவசரமாக லாஃப்ட் பங்குதாரர்களிடையே ஆதரவு திரட்டும் வேலையை ஆரம்பித்தார் ஜேம்ஸ் கார்க்னர். இன்னொருபக்கம் சார்லஸ் குத் கோஷ்டியும் இதே வேலையை மும்முரமாகச் செய்துகொண்டிருந்தது.

சார்லஸுடன் ஒப்பிடும்போது, ஜேம்ஸ் கார்க்னருக்கு ஒரு பெரிய பிரச்னை, அவரிடமோ, லாஃப்ட் நிறுவனத்திடமோ நிறையக் காசு இல்லை. ஆகவே, பொதுவான பங்குதாரர்களிடமிருந்து அவர்களுடைய பங்குகளைப் பெரும் எண்ணிக்கையில் விலைக்கு வாங்கமுடியாமல் தவித்தார்கள்.

நிலைமையைச் சமாளிப்பதற்காக, சில வெளி நிறுவனங்களின் உதவியை நாடினார் ஜேம்ஸ் கார்க்னர். அவற்றில் ஒன்று, ஃபீனிக்ஸ் *(Phoenix Securities)*.

'ஃபீனிக்ஸ்' என்பது, ஒரு கற்பனைப் பறவை. அதைக் கொன்று எரித்துச் சாம்பலாக்கினாலும், பழையபடி உயிரோடு பிழைத்து வந்துவிடும் என்று கதைகள் சொல்கின்றன.

இந்த 'ஃபீனிக்ஸ்' நிறுவனமும் அப்படித்தான் - மிக மோசமான நிலைமையில் இருக்கிற கம்பெனிகளைத் தேடிப் பிடித்து அடிமாட்டு விலைக்கு வாங்குவார்கள், கொஞ்சம் தட்டிக்கொட்டிச் சரியாக்கி, மீண்டும் லாபத்துக்குக் கொண்டுவருவார்கள், அப்புறம் செமத்தியான விலைக்கு விற்றுவிடுவார்கள்.

லாஃப்ட் நிறுவனத்தில் சார்லஸ் குத், ஜேம்ஸ் கார்க்னர் இடையே குடுமிப்பிடிச் சண்டை என்று கேள்விப்பட்டதும், ஃபீனிக்ஸுக்கு குஷியாகிவிட்டது, நடுவில் புகுந்து அவர்களும் முப்பதாயிரம் பங்குகளுக்குமேல் வாங்கிப் போட்டார்கள்.

கொஞ்சம் கொஞ்சமாக, சார்லஸ் குத் கட்சிக்கு ஆதரவு குறையத் தொடங்கியது. அவரைத்தவிர மற்ற முதலீட்டாளர்கள் எல்லோரும் ஒன்றாகக் கூட்டணி அமைத்தவுடன், அவருடைய தோல்வி உறுதியாகிவிட்டது.

இந்த நேரத்தில்தான், லாஃப்ட் நிறுவனம் சார்லஸ் குத் மீது தொடர்ந்திருந்த வழக்கு விசாரணைக்கு வந்தது. அவருக்கு எதிராக ஏகப்பட்ட ஆதாரங்களை அடுக்கிவைத்து வாதாடியது லாஃப்ட்.

கடைசியாக, நீதிமன்றம் தனது தீர்ப்பை வழங்கியது, 'பெப்ஸி நிறுவனத்துக்காக சார்லஸ் குத் ஒரு பைசா செலவழிக்கவில்லை, ஆகவே, பெப்ஸி சம்பந்தப்பட்ட எல்லாமே லாஃப்ட் நிறுவனத்துக்குதான் சொந்தம்.'

அத்துடன், பெப்ஸியில் சார்லஸ் குத் ஆதிக்கம் முடிவுக்கு வந்தது. அதன்பிறகு கொஞ்ச நாள் அவர் பெப்ஸி தலைவராகச் செயல்பட்டபோதும், எந்த நேரத்திலும் அவரை வெளியே அனுப்பிவிடுவார்கள் என்று எல்லோருக்கும் நன்றாகத் தெரிந்திருந்தது.

லாஃப்ட் நிறுவனத்தைப் பொறுத்தவரை சார்லஸ் குத் பெரிய வில்லனாக இருக்கலாம். ஆனால் பெப்ஸியைப் படுமோசமான ஒரு நிலைமையிலிருந்து வெற்றிகரமான நிறுவனமாக மாற்றியது அவர்தான் என்பதை யாராலும் மறுக்கமுடியாது.

பெப்ஸியின் விற்பனையை அதிகரித்தது மட்டுமல்ல, அதற்கான பல சிறந்த விளம்பர உத்திகளை அறிமுகப்படுத்தியது, நாடு முழுவதும் எல்லாக் கடைகளிலும் பெப்ஸி தடையில்லாமல் கிடைக்கும்படி உறுதிசெய்தது, பெப்ஸிக்கான தேவை அதிகரித்தபோது, அதற்கு ஏற்றபடி பெரிய, வசதியான

தொழிற்சாலையை உருவாக்கியது, செலவுகளைக் கட்டுப்படுத்தி லாபத்தைப் பெருக்கியது, பெப்ஸியை வெளிநாடுகளுக்குக் கொண்டுசென்றது என்று பல விஷயங்களில் சார்லஸ் குத் பெப்ஸி-கோலா நிறுவனத்துக்குக் குறிப்பிடத்தக்க பங்களிப்பைச் செய்திருக்கிறார்.

ஆனால் அதேசமயம், 'நான்தான் எல்லாம் செய்வேன், எல்லோரும் என்னுடைய பேச்சைக் கேட்டுத்தான் நடக்கவேண்டும்' என்கிற அவருடைய 'சாம்ராஜ்ய' மனப்போக்கு, பலருக்குப் பிடிக்கவில்லை. பெப்ஸி அடுத்த கட்டத்துக்கு முன்னேறவேண்டுமென்றால், இப்படித் தனிநபரின் திறமையை நம்பி இருக்கமுடியாது.

ஆகவே, சார்லஸ் குத் பெப்ஸியிலிருந்து வெளியேறுவது கட்டாயமாகிவிட்டது. அவருக்குப் பதில் புதிய தலைவராக வால்டர் மாக் *(Walter S Mack Jr.)* தேர்வு செய்யப்பட்டார்.

வால்டர் மாக் ஒரு சுவாரஸ்யமான மனிதர். பெரிய பணக்காரக் குடும்பத்தில் பிறந்தாலும், படிப்படியாக உழைத்து மேலே வந்தவர், அவருடைய ஸ்பெஷாலிட்டி, நசிந்துபோன கம்பெனிகளைக் கையில் எடுத்து, தூசு தட்டி ஒழுங்குபடுத்துவது.

ஆரம்பத்தில், நஷ்டத்தில் தள்ளாடிக்கொண்டிருந்த லாஃப்ட் நிறுவனத்தைச் சரிசெய்வதற்காகத்தான் வால்டர் மாக் உள்ளே நுழைந்தார். பின்னர், 1939ம் ஆண்டு அவர் பெப்ஸி-கோலாவின் தலைவராகப் பொறுப்பேற்றுக்கொண்டார்.

வால்டர் மாக் வந்தபோது, பெப்ஸி ஏற்கெனவே நன்கு லாபகரமாகத்தான் இயங்கிக்கொண்டிருந்தது, அதை இன்னும் பெரிய தளங்களுக்குக் கொண்டுசெல்லவேண்டும் என்பது வால்டர் மாக்கின் திட்டம்.

அதற்குமுன்னால், பெப்ஸி-கோலா நிறுவனம்முழுக்க சார்லஸ் குத் நிறையக் குப்பை போட்டுவைத்திருக்கிறார். அதையெல்லாம் முதலில் சரிசெய்யவேண்டும்!

பெப்ஸியின் மேலாளர்கள், நிர்வாகிகள், அதிகாரிகளுடைய பட்டியல் ஒன்று தயாரித்தார் வால்டர் மாக். அதில் யாரெல்லாம் சுத்தமாகத் தேறமாட்டார்கள் என்று கவனித்து, அவர்களை வீட்டுக்கு அனுப்பிவிட்டார்.

அடுத்தபடியாக, மிச்சமிருந்த தலைவர்களைக் கூப்பிட்டு அனுப்பினார், 'நீங்க இதுவரைக்கும் செஞ்சதையெல்லாம் மறந்துடுங்க, இனிமே இங்கே மேனேஜ்மென்ட் வேறவிதமா இருக்கும், அதைக் கத்துக்கிட்டு அதன்படி நடக்கறதுன்னா நீங்க இங்கே இருக்கலாம், இல்லாட்டி வெளியே போகவேண்டியதுதான்!'

இவர்களைத் தவிர, தன்னுடைய மேலாண்மை பாணிக்கு ஒத்துவரக்கூடிய புதிய தலைவர்களையும் உள்ளே கொண்டுவந்தார் வால்டர் மாக். பழைய, புதிய நிர்வாகிகளில் யார், எங்கே பொருந்துவார்கள் என்பதைக் கவனித்துப் பார்த்து அதற்கு ஏற்பப் பதவிகள் வழங்கப்பட்டன.

இதையடுத்து, பெப்ஸி நிர்வாகத்தில் பல புதிய மாற்றங்கள் அமலுக்கு வந்தன. முன்பு எல்லாமே ஒரு தனிநபரை நம்பியிருந்த நிலைமை மாறி, பொறுப்புகள் இப்போது சமமாகப் பகிர்ந்து அளிக்கப்பட்டன.

இதனால், அநாவசியத் தாமதங்கள் இல்லை, யாருக்கும் அதிக வேலைப் பளு இல்லை. அனைத்துப் பணிகளும் சுறுசுறுப்பாக, அதிக உற்சாகத்தோடு நடந்தன.

ஒருவழியாக, பெப்ஸி-கோலா நிறுவனத்தை ஒழுங்கு பண்ணியாகிவிட்டது. அடுத்து, பெப்ஸி என்கிற பிராண்ட் பக்கம் தன்னுடைய கவனத்தைத் திருப்பினார் வால்டர் மாக்.

10. நீயும் கோலா, நானும் கோலா

வால்டர் மாக் பெப்ஸிக்குள் நுழைந்தபோது, அவருக்குக் குளிர்பானங்கள் விற்பதைப்பற்றி ஆனா ஆவன்னாகூடத் தெரியாது.

ஆனால், எந்தத் தொழிலிலும் சில பொதுவான அம்சங்கள் இருக்கும், அதைப் பிடித்துக்கொண்டு மேலே போனால், மற்றதைச் சுலபமாகக் கற்றுக்கொண்டுவிடலாம்.

மிக விரைவில், பெப்ஸியிடம் என்ன இருக்கிறது, என்ன இல்லை என்பதைப்பற்றி ஒரு தெளிவான முடிவுக்கு வந்துவிட்டார் வால்டர் மாக். இதன் அடிப்படையில்தான் அவருடைய அடுத்த கட்டச் செயல் திட்டங்கள் அமைந்திருந்தன.

முதலாவதாக, பெப்ஸியிடம் நல்ல குளிர்பானம் இருக்கிறது, இந்த ஃபார்முலா, இந்தச் சுவையை இப்போதைக்கு மாற்ற வேண்டியதில்லை.

அடுத்து, பெப்ஸியின் விலை சரியாக உள்ளது, மக்கள் விரும்பி வாங்கும்படியாகவும், நமக்கு ஓரளவு நல்ல லாபம் தரக்கூடியதாகவும் இருக்கிறது, இதையும் மாற்றவேண்டாம்.

மூன்றாவதாக, பெப்ஸி பாட்லர்கள், நாடுமுழுவதும் நம்முடைய தயாரிப்பைக் கொண்டு சேர்க்கிறவர்கள், இவர்கள் சந்தோஷமாக இருக்கிறார்களா?

ம்ஹூம், இல்லை!

ஒரு நிறுவனம் என்னதான் பிரமாதமான குளிர்பான ஃபார்முலாவைக் கண்டுபிடித்தாலும், அந்தந்த உள்ளூர்களில் பானம் தயாரித்து பாட்டில்களில் அடைத்து விநியோகிக்கிற பாட்லர்கள் ஆர்வமாக வேலை செய்யாவிட்டால், அது அரைகுறையாகத்தான் மக்களுக்குச் சென்று சேரும்.

அதற்கு, பாட்லர்கள் பெப்ஸியை 'ஏதோ ஒரு கம்பெனி' என்று நினைப்பதை நிறுத்தவேண்டும். அது தங்களுடைய நிறுவனம் என்கிற உணர்வுடன் வேலை பார்க்கவேண்டும், அப்போதுதான், வழக்கமாக பத்து தெருக்களுக்குப் போகிற பாட்லரின் விநியோக வண்டி, பதினைந்து, இருபது என்று அதிக தூரம் போகும், நிறைய பெப்ஸி விற்கும்.

இப்படி ஒரு பாட்லர், இரண்டு பாட்லர் நினைத்தால் போதாது, நாடுமுழுக்க, உலகம்முழுக்க எல்லா பாட்லர்களும் இந்தச் சிந்தனையோடு வேலை பார்த்தால், அந்தக் குளிர்பானத்தின் வளர்ச்சி மிகப் பிரம்மாண்டமாக இருக்கும்.

முன்பு சார்லஸ் குத் தலைவராக இருந்தவரை, பெப்ஸி பாட்லர்களுக்கு அந்த சந்தோஷம், உரிமையான உணர்வு கிடைக்கவில்லை, 'நான் சிரப் விற்கிறேன், நீ பணம் தருகிறாய், அவ்வளவுதான் நம் உறவு' என்கிற அளவில் அவர்களை நிறுத்திவைத்திருந்தார் சார்லஸ் குத்.

இப்படித் தள்ளி நிற்கும் உறவில் என்ன பிரச்னை என்றால், இந்த பாட்லர்களுக்கு பெப்ஸியுடன் ஓர் உணர்வுபூர்வமான பிணைப்பு இல்லை. நாளைக்கே பெப்ஸியைவிட லாபம் தரக்கூடிய இன்னொரு குளிர்பானம் மார்க்கெட்டுக்கு வந்தால், சட்டென்று கட்சி மாறிவிடுவார்கள்.

வால்டர் மாக் இந்த நிலைமையை மாற்ற விரும்பினார். பெப்ஸி நிறுவனம், பாட்லர்களுக்கு இடையே நம்பிக்கையான ஓர் உறவு ஏற்படவேண்டும், அதற்கு என்ன செய்யலாம் என்று யோசிக்கத் தொடங்கினார்.

முதல் வேலையாக, பெப்ஸி பாட்லர்களை அழைத்துப் பேசினார் வால்டர் மாக். அவர்கள் சந்தோஷமாக இருக்கிறார்களா, இல்லை என்றால் என்னென்ன பிரச்னைகளைச் சந்திக்கிறார்கள், அவர்களுக்குள் உள்ள சந்தேகங்கள், குழப்பங்கள், பயங்களையெல்லாம் கேட்டுத் தெரிந்துகொண்டார்.

அடுத்தபடியாக, 'உங்க பிரச்னைகளைத் தயங்காம சொல்லுங்க, அதையெல்லாம் கவனிச்சுத் தீர்க்கறதுக்காகத்தான் நாங்க இருக்கோம்' என்று வால்டர் மாக் அவர்களுக்கு ஓர் உறுதிமொழி கொடுத்தார், 'நாம எல்லாரும் ஒரே குடும்பமா நினைச்சு வேலை பார்த்தா எல்லாருக்கும் நல்லது.'

ஒரு பெரிய நிறுவனத்தின் தலைவர் இப்படி இறங்கி வந்து பேசியவுடன், பெப்ஸி பாட்லர்களுக்கு நம்பிக்கை அதிகரித்தது, முன்பைவிடக் கூடுதல் உற்சாகத்துடன் உழைக்க ஆரம்பித்தார்கள்.

இதேபோல், புதிய பாட்லர்களைத் தேர்ந்தெடுக்கிற முறையையும் மாற்றினார் வால்டர் மாக் - முன்பெல்லாம் அதிக காசு கொடுக்கிறவர்களுக்குத்தான் பாட்லிங் உரிமை, ஆனால் இப்போது, பெப்ஸியுடன் ஓர் உணர்வுபூர்வமான உறவை ஏற்படுத்திக்கொள்ளக்கூடியவர்களுக்குக் கூடுதல் முன்னுரிமை அளிக்கப்பட்டது.

கொஞ்சம் கொஞ்சமாக, பெப்ஸி பாட்லர்கள் ஒருங்கிணைந்து செயல்படக்கூடிய ஒரு சூழல் ஏற்படுத்தப்பட்டது. பெப்ஸி பாட்லராக இருப்பதை மக்கள் பெருமையாக நினைக்க ஆரம்பித்தார்கள்.

வால்டர் மாக் கடைசியாகக் கையில் எடுத்துக்கொண்ட விஷயம், பெப்ஸி விளம்பரங்கள்!

இந்த விஷயத்தில் சார்லஸ் குத் ஏகப்பட்ட நல்ல திட்டங்களை உருவாக்கிச் செயல்படுத்தியிருந்தார். இதனால், பெப்ஸி பிராண்ட், அதன் விலை இரண்டும் அமெரிக்காமுழுக்க நன்கு பிரபலமாகியிருந்தது.

சார்லஸ் குத் அறிமுகப்படுத்திய விளம்பர உத்திகளை வால்டர் மாக் ஒதுக்கிவிடவில்லை, அதே பாதையில் தொடர்ந்து சென்று இன்னும் பல புதுமையான விஷயங்களை அறிமுகப்படுத்தினார்.

உதாரணமாக, 'ஜிங்கிள்ஸ்' *(Jingles)* எனப்படும் ரேடியோ விளம்பரப் பாடல்கள்!

அதற்கு முன்னால், ரேடியோ விளம்பரம் என்றாலே நீளமாக இழுத்து இழுத்துப் பேசப்படும் வாக்கியங்கள் (இந்தியா, இலங்கை, மலேசியா, சிங்கப்பூர், சோமாலியா போன்ற நாடுகளில் ஏராளமாக விற்பனையாவது ...) அல்லது அபத்தமான நாடக வசனங்கள் (இனிமே லேட்டா வந்தா ... ஸ்வீட்ஸ் வாங்கிட்டுத்தான் வரணும்)தான்.

பெப்ஸிதான், இந்த இலக்கணத்தை மாற்றியது. சில விநாடிகளில் ஒரு நல்ல பாடல், கேட்கத் தூண்டும் இசை என்று புதுமையாக விளம்பரம் செய்தார்கள்.

இதனால், மக்கள் ஒரு விளம்பரத்தைக் கேட்டுக் கொண்டிருக்கிறோம் என்கிற உணர்வே இல்லாமல், அந்தப் பாடலை முணுமுணுக்க ஆரம்பித்தார்கள், பெப்ஸிக்கு ஏகப்பட்ட இலவச விளம்பரம்.

பெப்ஸியின் முதல் விளம்பரப் பாடல் மட்டுமில்லை, அதன்பிறகு அவர்கள் வெளியிட்ட ஒவ்வொரு ஜிங்கிளும் சூப்பர் ஹிட். அந்தக் காலகட்டத்தில் நேரடி ஆல்பம் / இசைத் தொகுப்புகளால்கூடப் பெறமுடியாத வரவேற்பு, இந்தச் சில விநாடி பாடல்களுக்குக் கிடைத்தது.

அதுமட்டுமில்லை, அதுவரை பெப்ஸி என்ற பெயரைக் கேள்விப்பட்டிருக்காதவர்கள்கூட, இப்போது இந்தப் பாடல்

வரிகளின் வழியே அதைப்பற்றித் தெரிந்துகொண்டார்கள், அதைத் தேடிப் பிடித்துக் குடிக்க ஆரம்பித்தார்கள்.

இதேபோல், பத்திரிகை விளம்பரங்கள், கடைகளில் வைக்கும் விளம்பர பேனர்கள் போன்றவற்றிலும் பல புதுமைகளைச் செய்தது பெப்ஸி-கோலா. ஒருகட்டத்தில், மற்ற துறைகளைச் சேர்ந்த பெரிய நிறுவனங்கள்கூட பெப்ஸியைப் பார்த்துத் தங்களுடைய விளம்பரத் திட்டங்களை உருவாக்கிக்கொண்டிருந்தார்கள்.

விளம்பரங்களை வைத்துக் குளிர்பானங்களை அதிகம் விற்கச் செய்யமுடியும் என்று முதன்முறையாக நிரூபித்தது கோக-கோலாதான். ஆனால் அதே விளம்பரக் கலையை அதன் அதிகபட்ச சாத்தியங்களுக்குக் கொண்டுசென்று பெரும் வெற்றி பெற்றது பெப்ஸி-கோலா. இன்றைக்கும், உலகின் மிகச் சிறந்த விளம்பரங்களைப் பட்டியல் போட்டால், அதில் பெப்ஸியின் பல விளம்பரங்கள் இடம் பெறுவது நிச்சயம்.

இந்த விளம்பரங்கள் வெறுமனே பெப்ஸி-கோலா பெயரைப் பிரபலப்படுத்தியதோடு நிற்கவில்லை. அதன் விற்பனையையும் கணிசமாக அதிகரித்தன. மிக மெதுவாக, ஆனால் நிதானமாக கோக-கோலாவை நோக்கி நகர்ந்துகொண்டிருந்தது பெப்ஸி.

அதற்குமேல், கோக-கோலாவால் சும்மா உட்கார்ந்திருக்க முடியவில்லை, நேராகக் கோர்ட்டுக்குப் போய்விட்டார்கள், ‘பெப்ஸி-கோலாவைத் தடைசெய்யவேண்டும்.’

ஏன்? எதற்கு? எப்படி?

‘சிம்பிள், கோலா என்ற பெயர் எங்களுக்குச் சொந்தமானது, அதைத் தன்னுடைய பெயரில் இணைத்துக்கொண்டதன்மூலம், பெப்ஸி-கோலா சட்டவிரோதமாகச் செயல்பட்டிருக்கிறது.’

இது என்ன கூத்து? இத்தனை வருடமாகப் பெப்ஸி-கோலா விற்றுக்கொண்டிருக்கவில்லையா? அப்போதெல்லாம் நீங்கள் எங்கே போனீர்கள்?

'அதெல்லாம் எங்களுக்குத் தெரியாது, இப்போது பெப்ஸி-கோலாவைத் தடைசெய்யவேண்டும், அவ்வளவுதான்.'

கோக-கோலா இப்படி மற்ற குளிர்பானங்களின் வயிற்றில் அடிப்பது புதிய விஷயம் இல்லை. ஆரம்பத்திலிருந்தே அவர்களுக்குக் 'கோலா' என்ற பெயரை வேறு யார் பயன்படுத்தினாலும் அலர்ஜி, உடனடியாக வழக்குப் போட்டுத் தடைவாங்கிவிடுவார்கள்.

ஏதோ காரணத்தால், அவர்கள் பெப்ஸி-கோலாவை இதுவரை கண்டுகொள்ளவில்லை. 'நோஞ்சான் குதிரை, தானாக விழுந்துவிடும், நாம் அதன்மீது கைவைப்பது அவமானம்' என்று நினைத்திருந்தார்களோ என்னவோ!

இப்போது, பெப்ஸி நோஞ்சான் இல்லை என்பது உறுதியாகிவிட்டது. அதன் விற்பனை ஒவ்வொரு வருடமும் உயர்ந்துகொண்டிருப்பதைப் பார்த்தால், இன்றைக்கு இல்லா விட்டாலும் ஏதோ ஒருகட்டத்தில் அவர்கள் கோக-கோலாவை நெருங்கி வந்துவிடுவார்கள், அந்த அளவுக்கு பெப்ஸியை வளரவிடக்கூடாது.

கோக-கோலா எதிர்பார்த்ததுபோலவே, பெப்ஸி இந்த வழக்கைச் சந்திக்கமுடியாமல் திணறியது. பெப்ஸி வழக்கறிஞர்கள் எத்தனை ஆதாரங்களை முன்வைத்து வாதாடினாலும், சட்டம், முந்தைய வழக்குகளில் வழங்கப்பட்ட தீர்ப்புகள் என எல்லாமே கோக-கோலாவுக்குச் சாதகமாக இருப்பதுபோல் தோன்றியது.

இதற்குமுன் கோக-கோலா எத்தனையோ மற்ற 'கோலா'க்களை அழித்திருக்கிறது, இப்போது அந்த பலிக் கணக்கில் பெப்ஸியும் சேர்வது கிட்டத்தட்ட உறுதியாகிவிட்டது.

இந்த நேரத்தில், வால்டர் மாக்-கிற்கு ஒரு தொலைபேசி அழைப்பு வந்தது. பேசியவர், ஹெர்மன் ஸ்மித்.

'ஹலோ மிஸ்டர் மாக், உங்கமேல கோக-கோலா கம்பெனி வழக்குத் தொடர்ந்திருக்கிறதா கேள்விப்பட்டேன், ரொம்ப வருத்தமா இருந்தது.'

'நன்றி மிஸஸ். ஸ்மித், நாங்க எங்களால முடிஞ்சவரைக்கும் கடுமையாப் போராடிக்கிட்டிருக்கோம்.'

'நீங்க எத்தனைதான் கஷ்டப்பட்டாலும் பிரயோஜனம் இல்லை மிஸ்டர் மாக், கோக-கோலா உங்களை அப்படியே நசுக்கி அழிச்சிடுவாங்க.'

'ஏன் அப்படிச் சொல்றீங்க? கோலா-ங்கறது எல்லோருக்கும் பொதுவான ஒரு வார்த்தைதானே? அதை நாங்க பயன்படுத்தினா தப்பா?'

'இந்த விஷயத்தில கோக-கோலாவுக்கு இரக்கமே கிடையாது மிஸ்டர் மாக்' என்றார் ஹெர்மன் ஸ்மித், 'என் கணவர்கூட க்ளியோ-கோலா-ங்கற பேர்ல ஒரு குளிர்பானக் கம்பெனி வெச்சிருந்தார், அவர்மேலயும் கோக-கோலா வழக்குப் போட்டு நாசம் பண்ணிட்டாங்க.'

'ஓ, அப்படியா?'

'ஆமாம், அப்போ அவங்க கொடுத்த முப்பத்தஞ்சாயிரம் டாலர் செக்-கை நான் ஃபோட்டோ எடுத்து வெச்சிருக்கேன்'

வால்டர் மாக்கிற்குச் சுரீர் என்றது, இது என்ன புதுக்கதை? கோக-கோலா ஏன் க்ளியோ-கோலாவுக்கு முப்பத்தைந்தாயிரம் டாலர் தரவேண்டும்? இதில் ஏதோ விவகாரம் இருக்கிறது, தோண்டித் துருவவேண்டும்.'

'மிஸஸ் ஸ்மித், நான் அந்த செக்-கோட ஃபோட்டோவைப் பார்க்கலாமா?'

'தாராளமா.'

ஹெர்மன் ஸ்மித் கொடுத்த அந்தப் புகைப்படத்தில், ஒரு முக்கியமான ஆதாரம் இருந்தது. கோக-கோலா நிறுவனம் எதற்காகவோ க்ளியோ-கோலாவுக்குக் காசு கொடுத்திருக்கிறது, அது ஏன்?

நிஜமாகவே, 'கோலா' என்கிற வார்த்தை கோக-கோலாவுக்குச் சொந்தமா? அப்படியென்றால், அவர்கள் ஏன் இப்படிக் க்ளியோ-

கோலாவுக்குக் காசு கொடுத்து செட்டில் செய்யவேண்டும்?

க்ளியோ-கோலாவைப்போல், இன்னும் எத்தனை கோலாக்களுக்குக் கோக-கோலா காசு கொடுத்து விலைக்கு வாங்கியிருக்கிறது? அந்த விவரமெல்லாம் ஏன் கோர்ட்டுக்குத் தெரிவிக்கப்படவில்லை? அப்படியானால் பின்னணியில் ஏதோ கசமுசா நடக்கிறது என்றுதானே அர்த்தம்?

பெப்ஸி வழக்கறிஞர்கள் இந்த விஷயத்தை மேலும் தோண்ட ஆரம்பித்தவுடன், கோக-கோலா டென்ஷனாகிவிட்டது. காரணம், இதுபோன்ற 'ரகசிய'த் தகவல்கள் வெளியே வருவது அவர்களுடைய இமேஜைக் கடுமையாகப் பாதிக்கும்.

உடனடியாக, அப்போதைய கோக-கோலா தலைவர் ராபர்ட் வுட்ரஃப் (*Robert Woodruff*) வால்டர் மாக்-கைத் தொலைபேசியில் அழைத்தார், 'நாம சந்திக்கணுமே!'

மறுநாள் காலை, கோக-கோலா தலைவரும் பெப்ஸி தலைவரும் நேரில் சந்தித்துப் பேசினார்கள் - சரித்திரத்தில் அதற்குமுன்னும், பின்னும் இப்படி ஓர் அபூர்வமான 'எலி - பூனை'ப் பேச்சுவார்த்தை நிகழ்ந்திருக்காது!

'மிஸ்டர் மாக், இந்தக் கோர்ட் விவகாரமெல்லாம் அநாவசியமா ரொம்ப இழுக்குது, இதனால நம்ம ரெண்டு கம்பெனிக்கும் தலைவலிதான்' என்றார் வுட்ரஃப், 'பேசாம நாம சுமுகமாப் போயிடுவோம், நமக்குள்ளே ஒரு ஜென்டில்மேன் ஒப்பந்தம் செஞ்சுக்கலாம், என்ன சொல்றீங்க?'

'எனக்குச் சம்மதம், ஆனா ஒரு நிபந்தனை.'

'என்னது?'

'உங்க கோக-கோலா கம்பெனி, எங்களோட பெப்ஸி-கோலா பிராண்டை ஏத்துக்கணும், இனி எப்போதும் கோர்ட்ல அதுக்கு எதிரா வழக்குப் போடக்கூடாது, தடை வாங்கக்கூடாது, இப்படி எழுதிக் கையெழுத்துப் போட்டுத் தருவீங்களா?'

இதன் அர்த்தம், 'கோலா' என்கிற பெயரின்மீது கோக-கோலா நிறுவனம் வைத்திருக்கிற அரைகுறை உரிமையை விட்டுத்தரவேண்டும். அந்தப் பெயரை பெப்ஸி சுதந்திரமாகப் பயன்படுத்திக்கொள்ள அனுமதிக்கவேண்டும்.

கஷ்டமான கோரிக்கைதான். ஆனால், அப்போது கோக-கோலாவுக்கு வேறு வழியில்லை, கோர்ட்டில் அவர்களுடைய மானம் போகாமல் இருக்கவேண்டுமென்றால், பெப்ஸி-கோலா இழுத்த இழுப்புக்குப் போய்த்தான் தீரவேண்டும்.

ராபர்ட் வுட்ரஃப் ஒப்புக்கொண்டார். கோக-கோலா பெப்ஸிமீது தொடர்ந்திருந்த வழக்கு முடிவுக்கு வந்தது, அதேபோல், பெப்ஸியும் க்ளியோ-கோலா செக் விவகாரத்தைக் கிளறாமல் மண் போட்டு மூடிவிட்டது.

அதன்பிறகும், கோக-கோலா, பெப்ஸி இடையே பல நீதிமன்ற வழக்குகள், மற்ற பிரச்னைகள் எழுந்திருக்கின்றன. ஆனால் சட்டரீதியாக, கோக-கோலாவால் பெப்ஸியை எதுவும் செய்யமுடியவில்லை.

வால்டர் மாக் தலைமையில் பெப்ஸியின் விற்பனை ஒவ்வொரு வருடமும் அதிகரித்துக்கொண்டிருந்தது. லாபமும் கணிசமாக உயர்ந்துவந்தது.

பெப்ஸி இதே வேகத்தில் தொடர்ந்து வளர்ந்தால், இன்னும் பத்துப் பதினைந்து ஆண்டுகளில் கோக-கோலாவின் சட்டையைப் பிடித்துக் கேள்வி கேட்கலாம். அந்த எண்ணம்தான், பெப்ஸி நிர்வாகிகளை உற்சாகமாகச் செலுத்திக்கொண்டிருந்தது.

இந்த நேரத்தில், கோக-கோலாவுக்கு ஓர் அபூர்வமான வாய்ப்புக் கிடைத்தது. அதைப் பிரமாதமாகப் பயன்படுத்திக்கொண்டு அவர்கள் பெப்ஸியைவிடப் பலமடங்கு முன்னேறிச் சென்றுவிட்டார்கள்.

அந்த வாய்ப்பு, பிஸினஸ் சம்பந்தப்பட்டதல்ல, அரசியல் விவகாரம் - இரண்டாவது உலகப் போர்!

11. பெப்ஸி தலைமுறை

அமெரிக்கா குளிர் தேசம் இல்லை. ஆனால், ஜில்லென்ற குளிர்பானங்களுக்காக அமெரிக்கர்கள் செலவழிக்கும் தொகை மிக மிக அதிகம்.

இந்த 'மெகா'மார்க்கெட்டை, கோக-கோலா ஏற்கெனவே கைப்பற்றிவிட்டது. பெப்ஸி கொஞ்சம் முயன்றால், அவர்களை எட்டிப் பிடிக்கலாம், ஆனால் அதற்கு இன்னும் ரொம்பக் காலம் ஆகும்!

இதனால், கோக-கோலா, பெப்ஸி-கோலா இரண்டுமே அமெரிக்காவுக்கு வெளியே இருக்கும் சந்தையைப்பற்றி யோசிக்க ஆரம்பித்திருந்தார்கள் - உலகம்முழுவதும் தாகம் கொண்ட மனிதர்கள், நாடுகள் நிறையவே இருக்கின்றன. அவை ஒவ்வொன்றிலும் அழுத்தமாகக் கால் பதிக்கவேண்டும், அங்கிருக்கும் உள்ளூர் பானங்களை விரட்டியடித்துவிட்டு, நம்முடைய கோலாவுக்கு முதல் இடம் பெற்றுத் தரவேண்டும் என்று திட்டம் தயார் செய்துகொண்டிருந்தார்.

ஆனால், அமெரிக்காவுக்குள் வளர்வது வேறு, அதற்கு வெளியே போய்த் தொழில் செய்வது வேறு, அதற்கு ஏகப்பட்ட செலவாகும்,

ஒவ்வொரு நாட்டிலும் உள்ளூர்ப் பிரதிநிதிகள், கூட்டாளிகளைக் கண்டுபிடிக்கவேண்டும், தொழிற்சாலைகள் அமைக்கவேண்டும், சிரப் உற்பத்தி செய்வது, பானங்களை பாட்டிலில் அடைப்பது, விநியோகம் செய்வது என ஒவ்வொன்றுக்கும் பொருத்தமான ஏற்பாடுகளைச் செய்யவேண்டும், உள்ளூர்த் தன்மைக்கு ஏற்ப விளம்பரங்களை மாற்றி அமைக்கவேண்டும், அதேசமயம் நம்முடைய பானம் உலகம்முழுக்க ஒரே சுவையில் கிடைக்கும்படி பார்த்துக்கொள்ளவேண்டும், இப்படி ஏகப்பட்ட தலைவலிகள் உள்ளன.

அன்றைக்கு, பெப்ஸி-கோலா இதைப்பற்றியெல்லாம் யோசிக்கிற நிலைமையில் இல்லை. ஏற்கெனவே அவர்கள் சில வெளிநாடுகளில் சிறிய அளவில் கால் பதித்திருந்தாலும், அதெல்லாம் குடிசைத் தொழில் ரேஞ்சில்தான் நடந்துகொண்டிருந்தது, அந்தச் சொற்ப வருமானத்தை வைத்துக்கொண்டு இட்லிக்குச் சட்டினி வாங்கக்கூட முடியாது.

தவிர, அமெரிக்காவுக்குள்ளேயே அவர்கள் தங்களுடைய விநியோக நெட்வொர்க்கை வலுப்படுத்துவதற்கு ஏகப்பட்ட விஷயங்களைச் செய்யவேண்டியிருந்தது. இந்த நேரத்தில் வெளியே எட்டிப்பார்த்தால், உள்ளூரில் இருக்கிற இரண்டாவது இடத்தையும் பறிகொடுக்கவேண்டியதுதான்.

ஆனால், கோக-கோலா அப்படியில்லை. அமெரிக்கச் சந்தையில் அவர்கள் ஏற்கெனவே 'நம்பர் 1' என்பதால், வெளிநாட்டு ரசிகர்கள் கோக-கோலாவைக் குடிக்க ஆவலுடன் இருந்தார்கள். அதற்கு ஒரு நல்ல வாய்ப்புதான் அமையவில்லை.

இந்த நேரத்தில், இரண்டாவது உலகப் போர் தொடங்கியது. அதில் அமெரிக்காவும் நேரடியாகப் பங்கேற்கும்படியான சூழ்நிலை ஏற்பட்டுவிட்டது.

கோக-கோலா தலைவர் ராபர்ட் வுட்ரஃப் பிஸினஸ் விஷயத்தில் ரொம்பக் கெட்டி. எப்பேர்ப்பட்ட சூழ்நிலையிலும் தன்னுடைய கோக-கோலா நிறுவனத்தை வளர்ப்பதற்கான ஒரு வாய்ப்புக்

கிடைக்குமா என்பதைத்தான் தேடிக்கொண்டிருப்பார் அவர்.

முதல் உலகப் போரின்போது, ராபர்ட் வுட்ரஃப் ஓர் ஆட்டோமொபைல் நிறுவனத்தில் பணியாற்றிக்கொண்டிருந்தார். பின்னர் அதிலிருந்து விலகி போரில் நேரடியாகப் பங்கேற்றார். கூடவே, தம்முடைய பழைய கம்பெனியின் சார்பில் ராணுவத்துக்கு நிறைய கனரக வாகனங்களை விற்பனை செய்தார்.

இப்போது, இரண்டாவது உலகப் போர். ஆனால், இதில் கலந்துகொண்டு சண்டை போடும் அளவுக்கு ராபர்ட் வுட்ரஃபின் வயது ஒத்துழைக்கவில்லை.

என்ன செய்யலாம்? சென்றமுறை ராணுவத்துக்குக் கார், டிரக் விற்றோம், இந்தமுறை கோக-கோலா விற்றால் என்ன?

மற்ற அமெரிக்க இளைஞர்களைப்போலவே, அந்நாட்டு ராணுவத்தில் உள்ளவர்களும் கோக-கோலா பிரியர்களாக இருந்தார்கள். இதனால், மிலிட்டரி கேன்டீன்களில் மிக அதிகம் விற்பனையாகும் உணவுப் பொருள்களில் ஒன்றாக இடம் பிடித்திருந்தது கோக-கோலா.

இப்படி வருடம்முழுவதும் கோக-கோலா குடித்துப் பழகிய அமெரிக்க ராணுவத்தினர், இப்போது போர் காரணமாக வெளிநாடுகளுக்குச் செல்லவேண்டியிருந்தது. அங்கே அவர்களுக்கு, கோக-கோலா கிடைக்க வாய்ப்பில்லை.

'அமெரிக்க ராணுவம் எங்கெல்லாம் செல்கிறதோ, அங்கெல்லாம் கோக-கோலாவையும் அனுப்பிவைப்போம்' என்று அறிவித்தார் ராபர்ட் வுட்ரஃப். 'இதற்காக எங்களுக்கு என்ன செலவானாலும் பரவாயில்லை, வெறும் ஐந்து சென்ட் விலையில் ராணுவத்தினர் எல்லோருக்கும் கோக-கோலா கிடைக்கும், அதற்கு நான் பொறுப்பு.'

வுட்ரஃபின் இந்த அறிவிப்பைக் கேட்டதும், அமெரிக்க ராணுவ வீரர்களுக்கு வயிற்றில் ஜில்லென்று கோக-

கோலா வார்த்ததுபோலிருந்தது. எங்கோ ஆப்பிரிக்காவிலும், ஐரோப்பாவிலும் காடு, மலை, கடல் என்று அலைந்து நொந்துகொண்டிருந்தவர்களுக்கு, இப்போது கோக-கோலா கிடைக்கப்போகிறது. அதுவும், உள்ளூர் விலையிலேயே.

நாட்டைப் பாதுகாக்கும் முக்கியமான கடமையில் ஈடுபட்டிருக்கிற ராணுவ வீரர்கள், ஓர் அல்பக் குளிர்பானத்துக்காக இப்படி சந்தோஷப்படுவார்களா என்று முகம் சுளிக்கவேண்டாம். அமெரிக்கர்களைப் பொறுத்தவரை, கோக-கோலா என்பது அவர்களுடைய பெருமைக்குரிய தேசிய அடையாளங்களில் ஒன்று. தாய்நாட்டுக்காகப் போராடுவதும், கோக-கோலாவுக்காகப் போராடுவதும் அவர்களுக்கு ஒன்றுதான்.

இதனால், கோக-கோலா வரப்போகிறது என்கிற செய்தி கிடைத்ததும், அமெரிக்க ராணுவ வீரர்கள் மேலும் அதிக உற்சாகத்துடன் போரிட்டார்கள். கடல் கடந்து, கோக-கோலா அவர்களுடைய கைகளை வந்தடைந்தபோது, பலருக்குச் சொந்த நாட்டையே மீண்டும் பார்ப்பதுபோல் மகிழ்ச்சி, ஆனந்தக் கண்ணீர்.

உலகமெங்கும் உள்ள அமெரிக்க ராணுவ வீரர்கள் எல்லோருக்கும் கோக-கோலா கிடைக்கும்படி ஏற்பாடு செய்யப் பட்டது. சாப்பாடு, துணிமணி, ஆயுதங்கள் அனுப்புகிறார்களோ இல்லையோ, எல்லா நாடுகளுக்கும் கோக-கோலா தவறாமல் அனுப்பப்பட்டது. அடுத்த சில ஆண்டுகளில், அமெரிக்க ராணுவத்தினர் சுமார் ஐம்பது கோடி கோக-கோலா பாட்டில்களைக் குடித்துத் தீர்த்தார்கள்.

ஆரம்பத்தில், கோக-கோலா பாட்டில்களை ஐஸ்லாந்தில் தயார் செய்து, அவற்றைக் கப்பல்கள் அல்லது விமானங்கள் மூலம் வெளிநாடுகளுக்கு அனுப்பிக்கொண்டிருந்தார்கள். போர்க்கால அத்தியாவசியப் பொருள்களில் ஒன்றாக அறிவிக்கப்பட்டிருந்த கோக-கோலாவை, யாரும் தடை செய்யவில்லை.

ஆனால் அதேசமயம், கோக-கோலா பாட்டில்களை இப்படி

ஏற்றுமதி செய்வதற்குச் செலவு அதிகம் பிடித்தது. தவிர, அவை ஏகப்பட்ட இடத்தை அடைத்துக்கொள்வதால், முக்கியமான வேறு சில ராணுவப் பொருள்களை அனுப்புவதில் சிரமம் ஏற்பட்டது.

அமெரிக்க ராணுவத்தினரால் 'எங்களுக்கு கோக-கோலா வேண்டாம்' என்று மறுக்கமுடியவில்லை. இந்தப் பிரச்னையைச் சமாளிப்பதற்கு வேறு வழி உண்டா என்று யோசிக்கத் தொடங்கினார்கள்.

மொத்தமாக பாட்டில்களை அனுப்புவதுதானே பிரச்னை? கோக-கோலா சிரப்பை மட்டும் வெளிநாடுகளுக்கு அனுப்பிவிட்டு, அங்கேயே பாட்டில்களைத் தயார் செய்துகொண்டால் என்ன?

'செய்யலாம்தான். ஆனால், வெளிநாடுகளில், கோக-கோலா பாட்டில்களைத் தயார் செய்யும் தொழிற்சாலைகள் இல்லையே' என்றார் ராபர்ட் வுட்ரஃப்.

'நோ ப்ராப்ளம், உங்களுக்கு வேண்டிய சகல வசதிகளையும் நாங்கள் ஏற்படுத்தித் தருகிறோம்' என்றது அமெரிக்க ராணுவம், 'உலகமெங்கும் கோக-கோலா பாட்லிங் தொழிற்சாலைகளை உருவாக்குவது எங்கள் பொறுப்பு, அவற்றில் பணிபுரிவதற்குத் தகுதியுள்ள, அனுபவமுள்ள ஊழியர்களைமட்டும் நீங்கள் அனுப்பித் தாருங்கள் போதும்.'

கடந்த நான்கைந்து பத்திகளை, இன்னொருமுறை நிதானமாக வாசித்துப் பாருங்கள், ராபர்ட் வுட்ரஃபின் ராஜ தந்திரம் புரியும்.

கோக-கோலாவைப் பல வெளிநாடுகளுக்குக் கொண்டுசெல்ல வேண்டுமானால், அந்தந்த நாடுகளில் பாட்லிங் தொழிற்சாலைகளை அமைப்பதுதான் ஒரே வழி என்று ஏற்கெனவே தீர்மானித்திருந்தார் வுட்ரஃப். அதைச் செய்து முடிப்பதற்குதான் சரியான பிஸினஸ் கூட்டாளிகள் கிடைக்கவில்லை.

இப்போது, அந்தப் பிரச்னையைத் தூக்கி ராணுவத்தின் தலையில் போட்டாகிவிட்டது. சேவைக்குச் சேவையும் ஆச்சு, பிஸினஸுக்கு பிஸினஸும் ஆச்சு.

அன்புள்ள அமெரிக்கப் பட்டாளத்தார்களே, உங்களுடைய ஆள்கள் உலகம்முழுவதும் இருக்கிறார்கள். அவர்களுக்கு கோக-கோலா வேண்டும். அப்படியானால், அதற்குத் தேவையான தொழிற்சாலைகளை நீங்கள்தான் கட்டித் தரவேண்டும், அவற்றில் உட்கார்ந்து கோக-கோலா தயாரிக்கும் வேலையைமட்டும் நாங்கள் பார்த்துக்கொள்கிறோம், சுபமஸ்து!

அமெரிக்க ராணுவத்தினரின் தாகம் தணிப்பதற்காகப் பாடுபடும் ராபர்ட் வுட்ரஃபின் தேசப் பற்றை(?)ப் பாராட்டிக் கொண்டாடிய அமெரிக்க அரசாங்கம், இந்த விஷயத்தில் அவருக்கு முழு ஒத்துழைப்பு கொடுத்தது. அவர் கேட்டுக்கொண்டபடி பல நாடுகளில் கோக-கோலா பாட்லிங் தொழிற்சாலைகள் அமைத்துத் தரப்பட்டன. அவற்றைப் பொறுப்பேற்று நடத்துவதற்காக, கோக-கோலாவின் ஊழியர்கள் கிளம்பிச் சென்றார்கள்.

இவர்களுடைய வேலை, அமெரிக்க ராணுவ வீரர்கள் எங்கெல்லாம் இருக்கிறார்களோ, அங்கெல்லாம் கோக-கோலா பாட்லிங் தொழிற்சாலைகளை அமைத்து நடத்துவது, ராணுவத்தினருக்குத் துப்பாக்கி ரவை தீர்ந்துபோனால்கூடப் பரவாயில்லை, கோக-கோலா சப்ளை நின்றுவிடக்கூடாது.

அமெரிக்க ராணுவம் செல்லும் இடமெல்லாம் கோக-கோலாவும் சென்றது. ராணுவ வீரர்கள் யூனிஃபார்ம் சகிதம் கோக-கோலாவை ஆசையோடு பருகுகிற புகைப்படங்களைத் தனது விளம்பரங்களில் பயன்படுத்திக்கொண்டு 'நல்ல பிள்ளை' பெயர் வாங்கிக்கொண்டது கோக-கோலா.

பெயரை விடுங்கள். இரண்டாம் உலகப் போரின்மூலம் கோக-கோலாவுக்குக் கிடைத்த மிகப் பெரிய லாபம், உலகமெங்கும் பல நாடுகளில் பாட்லிங் தொழிற்சாலைகள். அதுவும் இலவசமாக.

போர் முடிந்தபிறகு, இந்த பாட்லிங் தொழிற்சாலைகளையெல்லாம் இடித்துப் போடவா முடியும்? கோக-கோலாவின் தேச சேவையைப் பாராட்டி, எல்லாத் தொழிற்சாலைகளையும் அவர்களுக்கே வழங்கிவிட்டது அமெரிக்கா.

ஒரு பைசா செலவழிக்காமல், தனக்குத் தேவைப்பட்ட வெளிநாட்டுத் தொழிற்சாலைகள் அனைத்தையும் சேர்த்துக் கொண்டுவிட்டார் ராபர்ட் வுட்ரஃப். போர்ச் சூழ்நிலை ஓரளவு மாறியதும், சுறுசுறுப்பாக கோக-கோலாவின் வெளிநாட்டு விரிவாக்கத்தில் முழு கவனம் செலுத்தத் தொடங்கினார் அவர்.

கோக-கோலாவுக்குக் கிடைத்த இந்த அதிர்ஷ்டம், பெப்ஸிக்கு வாய்க்கவில்லை. அவர்கள் கோக்-கின் அதிவேக வளர்ச்சியைப் பொறாமையுடன் பார்த்துக்கொண்டு அதே பழைய இடத்தில் நிற்கவேண்டியிருந்தது.

அதுமட்டுமில்லை, போர் காரணமாக ஏகப்பட்ட தட்டுப்பாடுகள். பெப்ஸி தயாரிப்பதற்கான மூலப் பொருள்களில் தொடங்கி, இயந்திரங்கள், மற்ற உபகரணங்கள்வரை எதையும் இறக்குமதி செய்யமுடியவில்லை.

இதனால், ஒருபக்கம் கோக-கோலா உலகெங்கும் தனது நெட்வொர்க்கை விரிவுபடுத்திக்கொண்டிருந்தபோது, இந்தப் பக்கம் பெப்ஸி-கோலா உள்ளூரிலேயே விற்பனையை இழந்துகொண்டிருந்தது. இரண்டாம் உலகப் போர் தொடங்கிய பிறகு, ஒவ்வொரு வருடமும் பெப்ஸி-கோலாவின் லாப சதவிகிதம் குறைந்துகொண்டே வந்தது.

பெப்ஸியும் முன்புபோல் ஏதேதோ புதிய உத்திகளைப் பயன்படுத்தி நிலைமையைச் சமாளிக்கப் பார்த்தார்கள், எந்தப் பலனும் இல்லை, நாளுக்கு நாள் அவர்களுடைய செலவுகள் அதிகரித்துக்கொண்டே போனது.

கடைசியாக, பெப்ஸி அந்த முடிவை எடுத்தது, 'இனிமேல் வேறு வழியில்லை, பெப்ஸி விலையை ஏற்றவேண்டியதுதான்!'

பெப்ஸி விலை அதிகரிக்கப்போகிறது என்கிற தகவல் வெளியானதும், கோக-கோலா, மற்ற போட்டியாளர்கள் நேரடியாகவும் மறைமுகமாகவும் கிண்டல், கேலியில் இறங்கினார்கள், 'என்னவோ குறைஞ்ச விலைக்கு அதிக கோலா-ன்னு பெரிசா அலட்டினாங்களே, இப்ப என்ன ஆச்சு?'

உண்மையில், இந்த விலையேற்றத்துக்குப்பிறகும்கூட, அப்போது சந்தையில் கிடைத்துக்கொண்டிருந்த மற்ற குளிர்பானங்கள் எதையும்விட, பெப்ஸிதான் மலிவு. ஆனால், மக்கள் அப்படி நினைக்கவில்லை, இது பெப்ஸிக்குக் கடும் பாதிப்பை ஏற்படுத்தியது.

இத்தனை களேபரத்திலும் ஒரே ஒரு நிம்மதி, முன்புபோல் பெப்ஸி அத்தனை சீக்கிரத்தில் உடைந்து விழுந்துவிடவில்லை. இந்த நிலைமையைச் சமாளிக்கும் அளவுக்கு அவர்களிடம் பண பலம் இருந்தது.

ஆனால், ரொம்ப நாளைக்கு இப்படிக் காலம் தள்ளமுடியாது. ஏதாவது புதுசாகச் செய்யவேண்டும்.

பெப்ஸி தனது விளம்பரங்களை மாற்றிப் பார்த்தது, 'குறைந்த விலை' என்பதில் கவனம் செலுத்தாமல், பெப்ஸியின் தரம், அதைப் பருகுவதன்மூலம் கிடைக்கிற உடனடி புத்துணர்ச்சி, அமெரிக்க வாழ்க்கைமுறையில் பெப்ஸி எப்படிப் பொருந்திப்போகிறது என்பதுபோன்ற விஷயங்களை அழுத்தமாகக் குறிப்பிட்டுச் சொன்னார்கள்.

ஆனால், பெப்ஸி ஒரு குறைந்த விலை குளிர்பானம் என்கிற இமேஜ், மக்கள் மனத்திலிருந்து அத்தனை சீக்கிரத்தில் மறைந்துவிடவில்லை. இதுவே அவர்களுக்கு எதிராகவும் திரும்பியது.

காரணம், போர் முடிந்துவிட்டது, அமெரிக்க மக்கள் மீண்டும் பழையபடி வேலைக்குப் போவது, நன்றாகச் சம்பாதிப்பது, நிறையச் செலவு செய்வது, வாழ்க்கையை அனுபவிப்பது போன்றவற்றில் கவனம் செலுத்த ஆரம்பித்தார்கள்.

இப்படி வசதியாக வாழ ஆரம்பித்த மக்கள், பெப்ஸி பருகுவதை அவமானமாக நினைத்தார்கள். இந்த மலிவு விலை கோலாவைக் குடிப்பதற்குப் பதிலாக, கோக-கோலாவைப் பருகினால் தங்களுடைய சமூக அந்தஸ்து உயர்வதாக அவர்களுக்குத் தோன்றியது.

இதனால், ஒருகாலத்தில் பெப்ஸியின் வளர்ச்சிக்குப் பயன்பட்ட 'மலிவு விலை' பிம்பத்தை, உடனடியாக உடைத்தாகவேண்டும். அதேசமயம், பெப்ஸி குடிப்பது ஓர் அந்தஸ்து அடையாளம் என்கிற கருத்தை அமெரிக்க மக்கள் மத்தியில் உருவாக்கவேண்டும். என்ன செய்யலாம்?

இந்தக் காலகட்டத்தில் வந்த விளம்பரங்களில், பெப்ஸியின் விலை, அளவு போன்ற விஷயங்களுக்கு முக்கியத்துவம் தரப்படவில்லை. அமெரிக்காவின் உற்சாகமான வாழ்க்கைமுறையைப் பிரதிபலிக்கிற புகைப்படங்கள், ஓவியங்கள், சாதாரண மக்கள் கையில் பெப்ஸியுடன் தங்களுடைய குடும்பத்தினர், நண்பர்களோடு சந்தோஷமாக நேரம் செலவிடுவதுபோன்ற காட்சிகள் அதிகம் பயன்படுத்தப்பட்டன.

இதேபோல், பெப்ஸி குளிர்பானத்தின் தரம் மிக உயர்வானது என்கிற தகவல் கவனமாகப் பதிவு செய்யப்பட்டது. அமெரிக்கா முழுவதும் ஒரேமாதிரியான சுவையில் பெப்ஸி கிடைப்பதற்காக என்னென்ன நடவடிக்கைகள் எடுக்கப்படுகின்றன, பாட்டில்களில் அசுத்தங்கள் கலந்துவிடாமல் எப்படிப் பார்த்துக்கொள்கிறார்கள், என்னென்ன தரப் பரிசோதனைகள் நிகழ்த்தப்படுகின்றன என்பதுபற்றிய விவரங்கள் செய்திகளாகவும் விளம்பரங்களாகவும் நிறைய வந்தன.

அடுத்து வந்த சில ஆண்டுகள், பெப்ஸிக்கு மட்டுமில்லை, அமெரிக்க விளம்பரத்துறைக்கே பொற்காலம் என்றுதான் சொல்லவேண்டும். ஆர்ப்பாட்டமாகச் சத்தம் போடாமல் மிகவும் அமைதியான குரலில் வாடிக்கையாளர்கள் மனத்தில் தனக்கென்று ஓர் அழுத்தமான பிம்பத்தை உருவாக்கிக்கொண்டது பெப்ஸி.

கிட்டத்தட்ட பத்து ஆண்டுகள் உழைப்புக்குப் பிறகு, பெப்ஸி ஒரு மலிவு விலை பானம், கோக-கோலாவின் காப்பி, கோக-கோலாவுக்காகச் செலவழிக்கும் அளவு காசு இல்லாதவர்கள் பெப்ஸி குடிப்பார்கள் என்பதுபோன்ற பிம்பங்கள் மறையத் தொடங்கின. பெப்ஸி தனது அடுத்த கட்ட வளர்ச்சிக்குத் தயாரானது.

இதற்காக, பெப்ஸி மீண்டும் தனது விளம்பர நிறுவனத்துடன் உட்கார்ந்து பேசினார்கள், 'கோக-கோலாவிடமிருந்து நம்மை வித்தியாசப்படுத்திக் காண்பிக்கிற, பெப்ஸிக்கென்று ஒரு தனித்துவத்தை உருவாக்கக்கூடிய விளம்பரங்கள் வேண்டும்!'

இதற்காக பெப்ஸி தேர்ந்தெடுத்துக்கொண்ட அடையாளம், இளமை!

ஏற்கெனவே இரண்டு தலைமுறை அமெரிக்கர்கள் மனத்தில் அழுத்தமான ஓர் இடத்தைப் பிடித்துவிட்ட கோக-கோலா, திரும்பத் திரும்பத் தன்னுடைய பழம்பெருமையைத்தான் உரக்கப் பேசிக்கொண்டிருந்தது, அது நல்ல வெற்றி தரக்கூடிய விளம்பர உத்தியாகவும் இருந்தது - அமெரிக்கக் கலாசாரத்தின் ஒரு பகுதியாக கோக-கோலா கலந்தது இப்படித்தான்.

இதே ஆயுதத்தை அவர்களுக்கு எதிராகத் திருப்பியது பெப்ஸி, 'உங்க அப்பாவும், தாத்தாவும் கோக-கோலாதான் குடிச்சாங்க, சரி, அதுக்காக நீங்களும் இதையே குடிக்கணுமா?' என்று மறைமுகமாகக் கேலி செய்ய ஆரம்பித்தார்கள்.

இதனால், கோக-கோலா பாரம்பரியம், பெப்ஸி-கோலா இளமை அடையாளம் என்கிற பிம்பம் உருவாக ஆரம்பித்தது. இதைத் தனது விளம்பரங்களில் வலியுறுத்திச் சொல்லி 'யூத்'துகளைக் கவர்ந்து இழுக்க முயற்சி செய்தது பெப்ஸி.

ஆனால், இதற்கு ஒரு நல்ல ஸ்லோகன் வேண்டும், உச்சரிக்கச் சுலபமாகவும் இருக்கவேண்டும், அதன் அர்த்தம் முழுமையாகப் புரியவேண்டும், கேட்டவுடன் எல்லோருக்கும் பிடிக்கும்படி '*Catchy*'யாகவும் ஒலிக்கவேண்டும்.

இதற்காக, பெப்ஸி பல வாசகங்களை யோசித்தது, கடைசியில் 'பெப்ஸி தலைமுறை' (*Pepsi Generation*) என்கிற ஸ்லோகனைத் தேர்ந்தெடுத்தார்கள்.

ஆனால், பெப்ஸியிலேயே பலருக்கு இந்த வாசகம் பிடிக்கவில்லை, '*Pepsi Generation* என்பது ரொம்பப் பெரிய விஷயமாகத் தோன்றுகிறது' என்று உச்சுக்கொட்டினார்கள், 'அதற்குப் பதிலாக *Pepsi Group, Pepsi Gang, Pepsi Team, Pepsi Family* என்பதுபோல் ஏதாவது எளிமையாகச் சொல்லலாமே.'

செய்யலாம். ஆனால் அந்த வாசகங்கள் பெப்ஸியை ஒரு சின்ன வட்டத்துக்குள் அடைத்துவிடுகின்றன. நாடுமுழுவதும் பெப்ஸி பருகுகிற மிகப் பெரிய கும்பல் ஒன்று இருக்கிறது, அதில் நீங்களும் பங்குபெறவேண்டும் என்கிற நுணுக்கமான செய்தியை அவற்றால் வழங்கமுடியாது.

அதேசமயம், 'பெப்ஸி தலைமுறை' என்று சொன்னால், கோக-கோலாவுக்கு நேரடிப் போட்டியை உருவாக்கிவிடலாம், சிறுவர்கள், இளைஞர்கள்மட்டுமில்லை, தங்களை இளையவர்களாக உணர விரும்புகிற நடுத்தர வயதினரைக்கூடச் சுண்டி இழுத்துவிடலாம்.

அதாவது, கோக-கோலா பருகுகிறவர்கள் போன தலைமுறை, நீங்களெல்லாம் புதிய தலைமுறை, உங்களுக்கு எதற்கு கோக-கோலா? வாருங்கள், சந்தோஷமாக பெப்ஸி குடிக்கலாம், நாமெல்லாம் பெப்ஸி தலைமுறை!

உண்மையிலேயே, மிகப் புத்திசாலித்தனமான மாற்றம் அது. ஒருகாலத்தில் கோக-கோலாவுடன் விலை விஷயத்தில் போட்டி போட்டுக்கொண்டிருந்த பெப்ஸி, இப்போது அவர்களை நேருக்கு நேர் சந்தித்துச் சவால் விடத் தொடங்கியது, 'இது இளைஞர்களின் சாய்ஸ்' என்கிற பிம்பமும் உருவாக ஆரம்பித்தது.

அமெரிக்காவில் மட்டுமில்லை, உலகம் முழுக்க, குளிர்பானங்களுக்காக அதிகம் செலவழிக்கிறவர்கள்

இளைஞர்கள்தான். அவர்களாகப் பள்ளி, கல்லூரி கேன்டீன்களில், திரை அரங்குகளில், விளையாட்டு மைதானங்களில், உணவகங்களில் கோலா வாங்கிக் குடிப்பதுதவிர, பலர் வீட்டிலும் பெரிய பாட்டில்களை வாங்கிவைத்திருப்பார்கள். இங்கெல்லாம் கோக-கோலா பருகுவது தயிர் சாத கோஷ்டி, பெப்ஸிதான் இளமை அடையாளம் என்கிற அடையாளம் வலுப்பெற்றது.

இதனால், சூப்பர் மார்க்கெட்களின் கோக-கோலா ஷெல்ஃப்களில் பெரிசுகளும், பெப்ஸி பாட்டில்களுக்கு நடுவே இளசுகளும் தென்படுவது வழக்கமாகிவிட்டது. பல இல்லத்தரசிகள் கணவருக்காக கோக-கோலா, மகன் அல்லது மகளுக்காகப் பெப்ஸி என்று இரண்டையும் வாங்கிச் செல்லத் தொடங்கினார்கள்.

அடுத்தபடியாக, ‘இளைஞர்கள் பெப்ஸி பருகுவார்கள்’ என்கிற பிம்பம் லேசாக மாறி, ‘பெப்ஸி பருகுகிறவர்கள் எல்லோரும் இளைஞர்கள்’ என்பதாக மாறிவிட்டது. ‘இது எங்க ஏரியா, உள்ளே வராதே’ என்று வயசுப்பிள்ளைகள் பெரியவர்களை உசுப்பேற்ற, ‘நாங்களும் யூத்துதான்’ என்று பெரிசுகளும் பெப்ஸி விழுங்க ஆரம்பித்தன.

இப்படிப் பல காரணங்களால், கோக-கோலா சரித்திரத்திலேயே முதன்முறையாக, அவர்கள் தங்களுடைய சந்தைப் பங்கை *(Market Share)* இழக்க ஆரம்பித்தார்கள். அதேநேரம் பெப்ஸியின் விற்பனை மிக விரைவாக அதிகரித்துக்கொண்டிருந்தது.

இன்னும், கோக-கோலாதான் நம்பர் ஒன். ஆனால், அவர்கள் ரொம்பக் காலத்துக்கு அங்கேயே நிம்மதியாக உட்கார்ந்திருக்கமுடியாது என்று தோன்றியது. கோக் நிர்வாகிகள் அடுத்து என்ன நடக்குமோ என்று புரியாமல் சங்கடமாக நெளிய ஆரம்பித்தார்கள்.

இந்த நேரத்தில், பெப்ஸிக்கு ஒரு புதிய கூட்டாளி கிடைத்தார். அதன்பிறகு, அவர்களுடைய வளர்ச்சி வேகம் இன்னும் அதிகமாகிவிட்டது!

12. முதல் விரிசல்

குளிர்பானங்களை பாட்டிலில் அடைத்து விற்பனை செய்வது என்பது மிகப் பெரிய வேலை, அதற்கு ஏகப்பட்ட முதலீடு தேவைப்படும், பெரிய தொழிற்சாலை, பிரம்மாண்டமான இயந்திரங்கள், நிறைய தொழிலாளர்கள் என்று காசு பிடுங்குகிற விஷயம் அது.

ஆனால் அதேசமயம், ஒரு குளிர்பானம் நன்கு வெற்றியடைந்துவிட்டால், அதன்பிறகு விற்பனையில் நல்ல லாபம் சம்பாதிக்கலாம். மார்க்கெட்டில் தேவை உள்ள அளவுக்கு பாட்டில்களை நிரப்பிவிட்டுப் பணத்தை எண்ண வேண்டியதுதான்.

அமெரிக்காவில் இருந்த கோக-கோலா பாட்லர்கள், ரொம்பக் காலமாகவே பணம் காய்க்கும் மரத்தின்கீழ் உட்கார்ந்திருந்தார்கள், அவர்கள் பெரிதாக எந்த முயற்சியும் எடுக்காமலேயே காசு தானாக் கொட்டிக்கொண்டிருந்தது.

இதனால் கோக-கோலா நிறுவனம் தன்னுடைய ஒற்றைக் குளிர்பானத்துடன் திருப்தி அடைந்துவிட்டது, இதேமாதிரி இன்னொரு கோலாவையோ, பழ ரசத்தையோ, வேறு ஒரு

குளிர்பானத்தையோ உருவாக்கவேண்டும் என்று அவர்கள் நினைக்கவே இல்லை, அதற்கான அவசியமும் இல்லை.

ஆனால், பெப்ஸியின் நிலைமை வேறு. அவர்கள் என்னதான் அதிவேகமாக வளர்ந்துகொண்டிருந்தாலும், பெப்ஸி-கோலாவின் விற்பனை கோக-கோலாவுக்கு இணையாக இல்லை, சந்தை ஆதிக்கமும் இல்லை, கொஞ்சம் லாபம், கொஞ்சம் நஷ்டம் என்றுதான் வண்டி இழுத்துப் பிடித்து ஓடிக்கொண்டிருந்தது.

ஆகவே, அவர்கள் பெப்ஸியைத் தாண்டியும் சிந்திக்கவேண்டிய கட்டாயத்துக்குத் தள்ளப்பட்டார்கள் - ஒன்றுக்கு இரண்டு, அல்லது மூன்று குளிர்பானங்களைக் கைவசம் வைத்திருந்தால், ஒன்று விழுந்தாலும் இன்னொன்று காப்பாற்றுமே!

இதில் இன்னொரு லாபமும் இருக்கிறது, கோக-கோலா ஏற்கெனவே கோலா மார்க்கெட்டை நன்றாக வளைத்துப் போட்டுவிட்டது, அங்கே பெப்ஸியோ, மற்றவர்களோ அவர்களுடன் போட்டி போட்டு ஜெயிப்பது சிரமம். அதோடு ஒப்பிடும்போது, யாரும் கால் பதிக்காத இன்னொரு குளிர்பானத்தை உருவாக்கினால், நமக்கென்று ஒரு மார்க்கெட்டைச் சுலபமாகப் பிடித்துவிடலாம்.

பெப்ஸி இப்படி யோசித்த காலகட்டத்தில், அமெரிக்காவில் ஒரு புதிய அலை பரவிக்கொண்டிருந்தது. பெரும்பான்மை மக்கள் அகப்பட்டதையெல்லாம் தின்று தீர்த்துச் செமையாகக் குண்டடித்துப்போய்க் கிடந்தார்கள். எப்படியாவது இளைத்துவிடமாட்டோமா என்று ஏங்கிக்கொண்டிருந்தார்கள், ஒல்லிப்பிச்சி உடம்புக்குக் கனவு கண்டார்கள்.

இந்த டயட் பிரியர்களை வளைத்துப்போட்டால், ஒரு நல்ல மார்க்கெட்டைக் கைப்பற்றிவிடலாம் என்று கணக்குப் போட்டது பெப்ஸி. அதற்கு ஏற்ற ஒரு தயாரிப்பை உருவாக்க ஆரம்பித்தார்கள்.

‘அன்பான அமெரிக்கர்களே, நீங்கள் தினமும் ஏகப்பட்ட கோலா பானங்களைப் பருகுகிறீர்கள், அதில் உள்ள சர்க்கரையெல்லாம்

உங்கள் உடம்புக்குள் கலோரிகளாகச் சென்று சேர்கிறது, உங்களைக் குண்டாக்குகிறது, தேவையா?'

'அதற்குப் பதிலாக, எங்களுடைய லேட்டஸ்ட் தயாரிப்பான டயட் கோலா-வைப் பருகுங்கள், அதில் கலோரிகள் கம்மி, ஆகவே நீங்கள் எதைப்பற்றியும் கவலைப்படாமல் நிறையக் குடிக்கலாம், இதன்மூலம் உங்கள் உடல் நன்கு ஸ்லிம்மாகும், என்ஜாய்!'

கேட்பதற்குக் கேனத்தனமாகத்தான் இருக்கிறது. ஆனால் அன்றைய அமெரிக்கர்கள் எதைப் பார்த்தாலும் இது நம்மைக் குண்டாக்கிவிடுமோ என்று பயந்துகொண்டிருந்தார்கள், ஆகவே ஒரு டயட் கோலா மார்க்கெட்டில் வருகிறது என்றால், அதைக் குடித்தவுடன் தங்கள் உடம்பு மெலிந்துவிடுவதுபோல் கற்பனை செய்துகொண்டார்கள்.

உண்மையில், டயட் கோலா தயாரிப்பது அப்படியொன்றும் கஷ்டம் இல்லை. சாதாரணக் கோலாவில் சர்க்கரைக்குப் பதில் வேறொரு செயற்கை இனிப்பைச் சேர்த்துவிட்டால், கலோரிகள் தானாகக் குறைந்துவிடும்.

ஆனால் பிரச்னை, அந்தச் செயற்கை இனிப்புதான்!

சில செயற்கை இனிப்புகள், மனித உடலுக்குக் கேடு செய்யக்கூடியவை, இன்னும் சில முறைப்படி பரிசோதனை செய்யப்படாதவை, அவற்றை உணவுப் பொருள்களில் பயன்படுத்துவது ரொம்ப ஆபத்து.

இன்னொரு தலைவலி, இந்தச் செயற்கை இனிப்புகள் எவையும் சர்க்கரைக்கு இணையாகிவிடாது. அந்த இயற்கையான இனிப்பு இல்லாதபோது, கோலா பானம் ஒருமாதிரி அசட்டுத்தனமாகத் தித்தித்துக்கொண்டு சுவை இழந்துவிடும்.

ஆகவே, ஏதோ ஒரு 'டயட் கோலா' உருவாக்கினால் போதாது, அதைக் குடித்தால் நன்கு சுவையாக இருக்கவேண்டும், அதேசமயம் கலோரிகளும் மிகக் குறைவாக இருக்கவேண்டும்.

இந்தக் 'கூழுக்கும் ஆசை, மீசைக்கும் ஆசை' சவாலை ஏற்றுக்கொண்டு சிறப்பாகச் செய்து முடித்தது பெப்ஸி, பிரமாதமான விளம்பரங்களுடன் 'டயட் பெப்ஸி' (Diet Pepsi) சந்தைக்கு வந்தது.

அப்போது, பெப்ஸியின் இந்தப் புது முயற்சியைச் 'சுத்தப் பைத்தியக்காரத்தனம்' என்று வர்ணித்தவர்கள் நிறையப் பேர், 'இப்படிக் கெக்கேபிக்கே என்று எதையாவது செய்துவைத்து உங்களுடைய கோலாவுக்கு இருக்கும் நல்ல பெயரை அநாவசியமாகக் கெடுத்துக்கொள்ளப்போகிறீர்கள்' என்று எச்சரித்தார்கள்.

ஆனால், பெப்ஸிக்கு ஏதோ ஓர் அசட்டு தைரியம், 'இந்தப் பெயரை மாற்றவேண்டாம்' என்று முடிவு செய்துவிட்டார்கள்.

அவர்கள் எதிர்பார்த்தபடி, 'டயட் பெப்ஸி'க்கு அமெரிக்கா முழுவதும் நல்ல வரவேற்பு கிடைத்தது. மிக விரைவில் இந்தப் புது பானம் கணிசமான லாபத்தைச் சம்பாதிக்கத் தொடங்கிவிட்டது.

ஆச்சர்யமான விஷயம், இதன்மூலம் அமெரிக்காவில் ஒரு மிகப் பெரிய புதுச் சந்தையே உருவாகிவிட்டது - டயட் பானங்களில் தொடங்கி, டயட் சாண்ட்விச், டயட் சிப்ஸ், டயட் ஐஸ் க்ரீம், டயட் பாயசம் என்று உடல் பருமனானவர்களைக் குறிவைத்து ஏகப்பட்ட தயாரிப்புகள் படையெடுக்க ஆரம்பித்தன.

அதுமட்டுமில்லை, பெப்ஸி, கோக-கோலா இரண்டும் தனித்தனி பிராண்ட்களாக இருந்த காலம்போய், அவை ஒவ்வொன்றும் தனித்தனியே பல சகோதர பிராண்ட்களை உருவாக்கிக்கொள்ள ஆரம்பித்தன. இதனால், பாட்லர்களின் இயந்திரங்களும் ஓய்வு எடுக்காமல் உழைத்தன, வாடிக்கையாளர்களுக்கும் நல்ல 'சாய்ஸ்' கிடைத்தது.

உதாரணமாக, இப்போது கோக-கோலா குடும்பத்தில் ஃபான்டா, தம்ப்ஸ் அப், ஸ்ப்ரைட், மாஸா, லிம்கா போன்ற குளிர்பானங்கள் கிடைக்கின்றன, இதேபோல் பெப்ஸி குடும்பத்தில் செவன்-அப்,

ஸ்லைஸ், மவுன்டைன் ட்யூ போன்றவற்றைக் குறிப்பிட்டுச் சொல்லலாம்.

இந்தவிதத்தில், கோக-கோலாவைவிட பெப்ஸி ஒரு படி மேலே சென்றுவிட்டது என்றுதான் சொல்லவேண்டும். ஏனெனில், கோக-கோலா வெறும் பானங்களை மட்டும் விற்றுக்கொண்டிருக்கிறது. ஆனால் பெப்ஸி, உருளைக்கிழங்கு சிப்ஸ், மசாலா முறுக்கு, பக்கோடா என்று என்னென்னவோ விற்கிறார்கள்.

குளிர்பானத்துக்கும் சிப்ஸுக்கும் என்ன சம்பந்தம்? இந்தக் கூட்டணி எப்படி உருவானது? அது ஒரு சுவாரஸ்யமான கதை!

பெப்ஸி நிறுவனம் தொடங்கப்பட்டு சுமார் அரை நூற்றாண்டு காலம் முடியப்போகிற நேரம், அமெரிக்காவின் டெக்ஸாஸ் மாகாணத்தைச் சேர்ந்த சான் அன்டானியோ நகரில், சார்லஸ் டூலின் *(Charles Elmer Doolin)* என்பவர் ஒரு சிறிய காபிக் கடைக்குள் நுழைந்தார்.

அன்றைக்கு அவருக்கு பயங்கர பசி, ஏதாவது சாப்பிடலாமே என்று ஒரு பாக்கெட் சிப்ஸ் வாங்கினார்.

வழக்கமாக, இதுபோல் கடைகளில் விற்கப்படும் சிப்ஸ் பொட்டலங்கள் எண்ணெயில் குளித்து அசடுவழியும், அல்லது கருகிப்போய்ப் பல்லிளிக்கும், இல்லாவிட்டால் மொரமொரப்பு காலியாகி நமுத்திருக்கும்.

ஆனால், டூலின் சாப்பிட்ட அந்த மெக்ஸிகோ சிப்ஸ் பொட்டலத்தில் அப்படி எந்தப் பிரச்னையும் இல்லை, சிப்ஸின் ருசியும் அபாரமாக இருந்தது.

உடனடியாக, அந்த சிப்ஸ் எங்கிருந்து வருகிறது என்று விசாரிக்க ஆரம்பித்தார் டூலின், 'நான் இந்த சிப்ஸைப் பெரிய அளவில தயாரிச்சு விற்க விரும்பறேன்.'

அதிர்ஷ்டவசமாக, அந்த சிப்ஸ் தயாரிப்பாளர், தம்முடைய

'மேஜிக் ஃபார்முலா'வை டூலினுக்கு விற்றுவிட முன்வந்தார். இதற்காக அவர் கேட்ட தொகை, நூறு டாலர்கள்!

அப்போது டூலினிடம் நூறு டாலர்கள் இல்லை. அந்தத் தொகையை எங்கிருந்தோ கடனாகப் பெற்று, சிப்ஸ் ஃபார்முலாவை விலைக்கு வாங்கினார்.

உடனடியாக, 'ஃப்ரிட்டோ'ஸ்' *(Frito's)* என்ற பெயரில் தனது சிப்ஸ் தயாரிப்புத் தொழிலைத் தொடங்கினார் டூலின். அவர் எதிர்பார்த்தபடி, இந்தச் சுவையான சிப்ஸுக்கு மக்கள் ஆதரவு பிரமாதமாக இருந்தது, விற்பனையும் கிடுகிடுவென்று எகிறியது.

கிட்டத்தட்ட இதே நேரத்தில், ஹெர்மன் லே *(Herman W Lay)* என்பவர் இன்னொரு சிப்ஸ் தயாரிப்பு நிறுவனத்தை ஆரம்பித்தார். இதன் பெயர், 'லே'ஸ் சிப்ஸ்' *(Lay's Chips)*, இதுவும் அமெரிக்கர்களிடையே நல்ல வரவேற்பைப் பெற்றது.

சுமார் முப்பது வருடங்கள் கழித்து, ஃப்ரிட்டோ'ஸ் மற்றும் லே'ஸ் நிறுவனங்கள் ஒன்றாக இணைந்தன. புதிய நிறுவனத்துக்கு 'ஃப்ரிட்டோ-லே' *(Frito&Lay)* என்று பெயர் சூட்டப்பட்டது.

இந்த இணைப்புக்குப் பிறகு, 'ஃப்ரிட்டோ-லே' நிறுவனம் இன்னும் வேகமாக வளரத் தொடங்கியது. அடுத்த சில ஆண்டுகளில், அமெரிக்காவின் மிகப் பெரிய 'ஸ்னாக்ஸ்' தயாரிப்பாளர்களாக உயர்ந்துவிட்டார்கள், இன்றுவரை அந்த கௌரவத்தைத் தக்க வைத்துக்கொண்டிருக்கிறார்கள்.

சாதாரணமாக, குளிர்பானம் அருந்துகிறவர்கள் கூடவே ஒன்றிரண்டு பொட்டலம் சிப்ஸும் வைத்துக்கொள்வது வழக்கம். சிப்ஸ் சாப்பிட்டால் தாகம் எடுக்கும், பெப்ஸியோ, கோக-கோலாவோ குடித்தால் அந்தத் தாகம் தீர்ந்துவிடும், அப்புறம் மறுபடி சிப்ஸ் சாப்பிடலாம், ஆஹா, இதுவல்லவோ வாழ்க்கை!

இப்படிப் பெப்ஸியையும் 'ஃப்ரிட்டோ-லே' சிப்ஸ், நொறுக்குத் தீனிகளையும் அடிக்கடி அருகருகே பார்த்தபோது, அந்த

நிறுவனங்களைச் சேர்ந்தவர்கள் யோசித்திருக்கிறார்கள், 'நாம் ஒன்றாக இணைந்து செயல்பட்டால் என்ன?'

1965ம் வருடம், இந்தக் கனவு நிஜமானது, பெப்ஸி மற்றும் ஃப்ரிட்டோ-லே இணைந்து ஒரே பெரிய நிறுவனமாக மாறின. இந்தப் புதிய நிறுவனத்துக்கு 'பெப்ஸிகோ' (PepsiCo) என்று பெயர் சூட்டப்பட்டது.

பெப்ஸி கம்பெனி உருளைக்கிழங்கு விற்பதில் கோக-கோலாவுக்கு எந்த ஆட்சேபணையும் இல்லை. ஏனெனில், இதன்மூலம் அவர்களுடைய விற்பனை குறையப்போவதும் இல்லை, ஏறப்போவதும் இல்லை.

ஆனால், ஃப்ரிட்டோ-லேவுடன் இணைந்த பெப்ஸிக்கு, சில மிகப் பெரிய போனஸ்கள் கிடைத்திருந்தன - நேரடியாக இல்லாவிட்டாலும், மறைமுகமாக.

முதலில், ஃப்ரிட்டோ-லே-யின் பரந்து விரிந்த விநியோக நெட்வொர்க். இதைப் பயன்படுத்தி பெப்ஸி தனது பானங்களைப் பல புதிய மார்க்கெட்களுக்குக் கொண்டுசெல்லமுடிந்தது.

இதேபோல் பெப்ஸியின் பாட்லர் நெட்வொர்க்கை ஃப்ரிட்டோ-லே சிறப்பாகப் பயன்படுத்திக்கொண்டது. இதன்மூலம், அநாவசியமாக ஒரே வேலையை இரண்டு பேர், மூன்று பேர் செய்கிற சூழ்நிலை(Duplication)களைத் தவிர்த்து நிறைய பணம் மிச்சப்படுத்தமுடிந்தது.

அடுத்தபடியாக, இந்த இரு நிறுவனங்களும் இணைந்துவிட்டதால் கிடைத்த புதிய நிறுவனம், மிகப் பிரம்மாண்டமானதாக இருந்தது. இதனால், மூலப் பொருள்களை வழங்கும் சப்ளையர்களிடம் அதிகத் தள்ளுபடி, தாமதமாகப் பணம் கட்டக்கூடிய சலுகைகள் என்று அழுத்தமாகப் பேசி வாங்கமுடிந்தது.

அமெரிக்காவில் பெப்ஸியும் நொறுக்குத் தீனிகளும் கிட்டத்தட்ட ஒன்றாகவேதான் வாங்கப்படும். ஆகவே, பெப்ஸி, ஃப்ரிட்டோ-லே அதிக இழப்பு இல்லாமல் பல புதுமையான தள்ளுபடிகள்,

இலவசச் சலுகைகளை அறிவித்துத் தங்களுடைய தயாரிப்புகளின் விற்பனையை உயர்த்திக்கொள்ளமுடிந்தது - 'ஆறு பாட்டில் பெப்ஸி வாங்கினால், சிப்ஸ் விலையில் 20% தள்ளுபடி' என்பதுபோல.

கடைசியாக, மிக முக்கியமான விஷயம், பெப்ஸி, ஃப்ரிட்டோ-லே இணைப்பின்மூலம் கிடைத்த கூடுதல் பண இருப்பு (Cash Reserve), இது அவர்களுக்கு மிகப் பெரிய பலமாக அமைந்தது.

இந்தக் காலகட்டத்தில், கோக-கோலாவிலும் சில மாற்றங்கள். பழைய பெருந்தலை ராபர்ட் வுட்ரஃப் சாய்வு நாற்காலியில் சரிந்து ஓய்வெடுத்துக்கொண்டிருந்தார். ஆனாலும், புதிய தலைவர்கள் எல்லோரும் அவருடைய ரிமோட் கன்ட்ரோலில்தான் இயங்கவேண்டியிருந்தது.

இதனால், கோக-கோலாவின் நிர்வாகிகள், அதிகாரிகள்தான் அவ்வப்போது மாறினார்களே ஒழிய, அதன் பிஸினஸ் நடவடிக்கைகள், விளம்பரங்கள், மார்க்கெட்டிங் உத்திகளில் சொல்லிக்கொள்ளும்படியான பெரிய மாற்றம் எதுவும் இல்லை, அதே பழைய பஞ்சாங்கம்தான்.

இந்த விஷயத்தில் நாம் கோக-கோலாவையும் குறை சொல்லமுடியாது. அவர்கள் எத்தனையோ வருடமாக நம்பர் ஒன். 'கோக-கோலா' என்கிற பெயரே போதும், அவர்களுடைய தயாரிப்புகள் தானாக விற்கும், அப்புறம் எதற்கு அநாவசியமாக மெனக்கெடவேண்டும்?

ஆனால், அவர்கள் கவனிக்காத விஷயம், ஒவ்வொரு வருடம் பெப்ஸியின் விற்பனை கணிசமாக உயர்ந்துகொண்டிருந்தது. சில சந்தைகளில் அவர்கள் கோக-கோலாவை எட்டிப் பிடிக்கும் நிலைமையில் இருந்தார்கள்.

ஒருவேளை, கோக-கோலா இதை உணர்ந்திருந்தால், ஏதாவது விளம்பரங்கள், மார்க்கெட்டிங் உத்திகள், சலுகைகளைப் பயன்படுத்தித் தங்களுடைய விற்பனையை உயர்த்துவதில் கவனம் செலுத்தியிருப்பார்கள். அவர்கள் அதைச் செய்யாமல்

சும்மா உட்கார்ந்திருந்த நேரம், பெப்ஸி இன்னும் வேகமாக முன்னேறி வந்துவிட்டது.

1974ம் வருடம், பெப்ஸியின் சரித்திரத்தில் மிக முக்கியமானது, அந்த ஆண்டில்தான், அமெரிக்க சூப்பர் மார்க்கெட்களில் விற்பனையாகும் பெப்ஸி பானங்களின் எண்ணிக்கை, கோக-கோலாவுக்கு இணையாக உயர்ந்தது. முதன்முறையாக, அவர்கள் கோக-கோலாவுடன் தோளுக்குத் தோள் சரிசமமாக நின்றார்கள்.

இந்த வெற்றிக்கு முக்கியமான காரணம், சூப்பர் மார்க்கெட் செல்லும் அமெரிக்கர்களுக்கு நிறைய 'சாய்ஸ்' உண்டு - தாங்கள் வாங்க விரும்புவது பெப்ஸியா, கோக-கோலாவா, அல்லது வேறொரு பானமா என்பது முழுக்க முழுக்க அவர்களுடைய தீர்மானம்தான். இந்த விஷயத்தில் யாரும் அவர்களை வற்புறுத்தமுடியாது.

மற்ற கடைகளில், முக்கியமாக உணவகங்கள், சோடா ஃபௌன்டைன்களில் ஒன்று பெப்ஸி கிடைக்கும், அல்லது கோக-கோலா கிடைக்கும். இதுவா, அதுவா என்று வாடிக்கையாளர்கள் விரும்பித் தேர்ந்தெடுக்கமுடியாது, கிடைப்பதைத்தான் குடித்தாகவேண்டும், வேறு வழியில்லை.

இந்த 'ஒன்றே தெய்வம், ஒருவனே தேவன்' மார்க்கெட்டில், கோக-கோலா மிகப் பெரிய ஆதிக்கம் செலுத்திவந்தது. ஏற்கெனவே கோக-கோலா பரிமாறப்படுகிற இந்தக் கடைகளில் பெப்ஸி நுழைவது ரொம்பச் சிரமம், புதிய கடைகளைச் சுற்றி வளைத்துப் பிடித்தால்தான் உண்டு.

அதோடு ஒப்பிடும்போது, சூப்பர் மார்க்கெட்களில் கோக-கோலாவுக்கு எந்த ஸ்பெஷல் அந்தஸ்தும் கிடையாது, மக்களுக்கு பெப்ஸி பிடிக்கிறது என்றால் அவர்கள் ஜஸ்ட் லைக் தட் கோக-கோலாவை நிராகரித்துவிடலாம்.

இங்கேதான், பெப்ஸி தனது பலத்தைக் காட்டத் தொடங்கியது. அமெரிக்கா முழுவதும் 'சாய்ஸ்' உள்ள இல்லத்தரசிகள், மற்ற வாடிக்கையாளர்கள் கோக-கோலாவுக்கு இணையாக

பெப்ஸியையும் விரும்புகிறார்கள் என்பது உறுதியானது.

சில வருடங்கள்தான், சூப்பர் மார்க்கெட் விற்பனையில் பெப்ஸி கோக-கோலாவை மிஞ்சிவிட்டது!

யாரும் கற்பனையில்கூட நினைத்துப் பார்த்திருக்காத அதிசயம் அது. முதன்முறையாக, கோக-கோலாவின் 'நம்பர் 1' இடத்துக்குப் போட்டி வந்துவிட்டது.

கோக-கோலாவுக்கு ஒரே ஒரு நிம்மதி - சூப்பர் மார்க்கெட்களில் மட்டும்தான் பெப்ஸி ஜெயித்திருக்கிறது, மற்ற சந்தைகளில் கோக-கோலாவின் விற்பனை பெப்ஸியைவிட மிக மிக அதிகம்.

ஆனால், இங்கே ஜெயித்தவர்கள் அங்கேயும் ஜெயிக்கமாட்டார்கள் என்று என்ன நிச்சயம்? கோக-கோலா கலவர-கோலா ஆனது.

அதேநேரம், பெப்ஸி வட்டாரங்களில் உற்சாகம் ததும்பியது. நேற்றுவரை, நம்மால் கோக-கோலாவை ஜெயிக்கமுடியுமா?' என்று கொஞ்சம் சந்தேகத்தோடு உழைத்துக் கொண்டிருந்தவர்களுக்கு, இப்போது கண்ணெதிரே ஒரு சாட்சி, புது நம்பிக்கை கிடைத்துவிட்டது, அவர்கள் மேலும் உற்சாகத்துடன் களத்தில் குதித்தார்கள், பல புதுமையான உத்திகளைச் செயல்படுத்தத் தொடங்கினார்கள்.

இதனால், கோக-கோலாவின் கோட்டையில் வரிசையாக விரிசல்கள். அங்கே பெப்ஸியின் கொடி பறக்கிற நாள் வெகுதூரத்தில் இல்லை என்று எல்லோருக்கும் தோன்ற ஆரம்பித்தது!

13. மைக்கேல் மாயாஜாலம்

ஒருவர் மலை உச்சியிலிருந்து கீழே விழுகிறார், அல்லது தள்ளிவிடப்படுகிறார். இன்னும் சிறிது நேரம்தான், தரையில் உடம்பு மோதிச் சிதறிவிடப்போகிறார்.

இப்படி ஒரு பதற்றமான சூழ்நிலையில், அவர் எப்படியாவது தப்பிக்கவேண்டும் என்றுதான் முயற்சி செய்வார். அக்கம்பக்கத்தில் தட்டுப்படுகிற செடி, கொடி, கிளை எதையாவது பற்றிக்கொண்டு உயிர்பிழைக்கப் பார்ப்பார்.

அந்த நேரத்தில், இந்தச் செடி நம்முடைய எடையைத் தாங்குமா, அறுந்துபோய்விடுமா என்றெல்லாம் யோசிக்கத் தோன்றாது. புத்தி மரத்துப்போய், வெறும் உணர்ச்சிகள் மட்டும் செயல்படுகிற சூழ்நிலை அது.

எழுபதுகளின் மத்தியில், பெப்ஸி-கோலாவைச் சேர்ந்த லாரி ஸ்மித் *(Larry Smith)* கிட்டத்தட்ட இதேமாதிரியான ஒரு நிலைமைக்குள் தள்ளப்பட்டிருந்தார். ஏதாவது செய்தாகவேண்டும், அதுவும் உடனே, இல்லாவிட்டால் சர்வ நாசம் காத்திருக்கிறது.

நாடு முழுவதும் கோக-கோலாவின் விற்பனையை பெப்ஸி-கோலா எட்டிப் பிடித்துக்கொண்டிருந்த நேரம். மற்ற பகுதிகளில் ஜோராக முன்னேறிக்கொண்டிருந்த பெப்ஸி, டல்லாஸ் மாகாணத்தில் மட்டும் தட்டுத் தடுமாறிக்கொண்டிருந்தது.

விற்பனைப் புள்ளிவிவரங்களை எடுத்துப் பார்த்தால், லாரி ஸ்மித்துக்கு மூச்சு முட்டியது. டல்லாஸ் மாகாணத்தில் நூறு குளிர்பானங்கள் விற்பனையானால், அவற்றில் முப்பத்தைந்து கோக-கோலா. இரண்டாம் இடத்தில் வேறு யாரோ இருக்கிறார்கள். பெப்ஸிக்கு மூன்றாவது இடம்தான். அதன் ஸ்கோர் - நூறுக்கு வெறும் ஆறு!

அதாவது, முப்பத்தைந்து கோக-கோலா விற்பனையாகிற இடத்தில், ஆறு பெப்ஸி-கோலாதான் விற்கிறது. இரண்டு நிறுவனங்களுக்கும் கிட்டத்தட்ட ஐந்து மடங்கு இடைவெளி.

லாரி ஸ்மித் வெறுத்துப்போய்விட்டார். இது என்ன அநியாயம்? மற்ற மாநிலங்களைச் சேர்ந்த அமெரிக்கர்கள் எல்லோரும் பெப்ஸியை விரும்பிக் குடித்துக்கொண்டிருக்கிறார்கள், இந்த டல்லாஸ் மக்களுக்கு மட்டும் என்ன ஆச்சு?

பெப்ஸி நிறுவனம் லாரி ஸ்மித்தை டல்லாஸுக்கு அனுப்பிய போதே, ஒரு விஷயத்தைத் தெளிவாகச் சொல்லிவிட்டது - ஏதாவது செய்யுங்கள், விற்பனையை அதிகப்படுத்தி, கோக-கோலாவை எட்டிப் பிடிக்காமல், இங்கே திரும்பி வராதீர்கள்.

நம் ஊர் பாஷையில் சொல்வதானால், செய், அல்லது செத்து மடி. இந்த இரண்டுக்கும் நடுவில் வேறு எந்த வழியும் இல்லை!

விற்பனைத்துறையில் பல வருட அனுபவம் கொண்ட லாரி ஸ்மித்துக்கே, இது பெரிய சவாலாக இருந்தது. மூன்றாவது இடத்தில் கிடக்கிற பெப்ஸி-கோலா, முதல் இடத்தில் ஜம்மென்று உட்கார்ந்திருக்கிற கோக-கோலாவை எப்படி வீழ்த்தமுடியும்? அதுவும், உடனே? இதெல்லாம் நடக்கிற காரியமா?

'பெப்ஸி வாங்குங்கள்' என்று போர்டு மாட்டிக்கொண்டு லாரி

ஸ்மித் சென்ற இடமெல்லாம், அவருக்குச் சரியான வரவேற்பு கிடைக்கவில்லை. பல கடைக்காரர்கள், 'கெட் அவுட்' சொல்லி வாசலைக் காண்பிக்காத குறைதான்.

இவர்கள் எல்லோரும், ஒரே கேள்வியைத்தான் பலவிதமாக மாற்றிக் கேட்கிறார்கள் - நாங்கள் ஏன் பெப்ஸி-கோலாவை விற்கவேண்டும்? மக்கள் கோக-கோலாவைத்தானே விரும்புகிறார்கள்?

இதைக் கேட்கக் கேட்க லாரிக்கு எரிச்சல்தான் மிஞ்சியது. மக்களுக்கு கோக-கோலாமட்டும்தான் பிடிக்கிறது என்று முடிவு செய்ய நீங்கள் யார்? பொதுமக்கள் எல்லோரும் ஆஃபீஸுக்கு லீவ் போட்டுவிட்டு உங்களிடம் வந்து 'எங்களுக்கு, கோக-கோலாதான் வேண்டும்' என்று சொன்னார்களா?

கோபப்பட்டு என்ன புண்ணியம்? டல்லாஸ் கடைக்காரர்களில் யாரும் லாரியின் வாதங்களை ஏற்பதாக இல்லை. அவர்களைப் பொறுத்தவரை, கடையில் பெப்ஸியை விற்பனைக்கு வைப்பது வீண். அந்த இடத்தில் பத்து பாட்டில் கோக-கோலாவை நிரப்பினால் உடனடி லாபம்.

கோக-கோலா சின்னத்தை அல்லது பாட்டிலை எங்கே பார்த்தாலும், லாரி ஸ்மித்துக்கு ஆற்றாமை பொங்கியது. மக்கள் நிஜமாகவே இந்தப் பானத்தை விரும்பிக் குடிக்கிறார்களா, அல்லது கோக-கோலா பெரிய கம்பெனி என்பதற்காக அதை நம்பி வாங்குகிறார்களா? இப்படிக் கண்மூடித்தனமாக அவர்கள் பெப்ஸியை நிராகரிப்பது நியாயமா?

கண்மூடித்தனம்? அந்த வார்த்தையை மையமாக வைத்து யோசித்தபோது, லாரிக்கு ஒரு பிரமாதமான யோசனை கிடைத்தது.

லாரி ஸ்மித் பெப்ஸி-கோலா, கோக-கோலா இரண்டையுமே குடித்திருக்கிறார். கோக-கோலாவைவிட பெப்ஸிதான் அதிகச் சுவையானது என்று அவருக்குத் தோன்றியது.

ஆனால், பொதுஜனம் அப்படி நினைக்கவில்லை. குறிப்பாக டல்லாஸ் மக்கள் பெப்ஸியை கோக-கோலாவுடன் ஒப்பிட்டுப் பார்க்கக்கூட தயாராக இல்லை, பெப்ஸியா? ம்ஹூம், வேண்டாம் என்று ஒரேயடியாக ஒதுக்கிவிடுகிறார்கள்.

டல்லாஸில் மட்டுமில்லை, அமெரிக்காவில் பெரும்பாலான மக்கள் கோக-கோலா என்கிற குளிர்பானத்தைக் குடிப்பதில்லை. அந்த பிராண்ட் பெயரைத்தான் காசு கொடுத்து வாங்கிப் பருகுகிறார்கள் என்று யோசித்தார் லாரி ஸ்மித். அதே பெயரில் வெறும் கலர் தண்ணீரை ஊற்றிக் கொடுத்தாலும் அவர்கள் வாங்குவார்கள்.

கோக-கோலாவுக்கு இருக்கும் அளவுக்கு பிராண்ட் மதிப்பு, பெப்ஸி-கோலாவுக்கு இன்னும் உருவாகவில்லை. அதனால்தான், பெப்ஸியின் விற்பனை கோக-கோலாவைவிடக் குறைவாக இருக்கிறது. இரண்டாவது, மூன்றாவது இடங்களில் தடுமாறவேண்டியிருக்கிறது.

இந்த நிலைமையை மாற்றவேண்டுமானால், அதற்கு ஒரே ஒரு வழிதான் உண்டு - 'கோக-கோலா ஓர் அற்புதமான குளிர்பானம்' என்று மக்கள் மனத்தில் பதிந்திருக்கிற எண்ணத்தை எச்சில் தொட்டு அழிக்கவேண்டும். பெப்ஸி-கோலாவும் கோக-கோலாவுக்கு இணையான, அல்லது அதைவிடச் சிறந்த பானம் என்கிற புதிய கருத்தை உண்டாக்கவேண்டும்.

அதற்கு, முதலில் பெப்ஸி, கோக-கோலா என்கிற பெயர்களை அழிக்கவேண்டும். இவை பெயர்கள் அல்ல, வெறும் குளிர்பானங்கள், எந்தவிதமான முன்முடிவுகளும் இல்லாமல் மக்கள் இவற்றைக் குடித்துப் பார்க்கட்டும். அதன்பிறகு, அவற்றில் எது சிறந்தது என்று அவர்களே முடிவு செய்துகொள்ளட்டும்.

இது கொஞ்சம் ஆபத்தான பரிசோதனைதான். கொஞ்சம் அசந்தாலும், பெப்ஸிக்கு மரண அடி விழுந்துவிடும். ஆனால், அப்போதைய சூழ்நிலையில் லாரி ஸ்மித்துக்கு வேறு எந்த வழியும் தட்டுப்படவில்லை.

தவிர, பெப்ஸிதான் கோக-கோலாவைவிட அதிகச் சுவையானது என்கிற நம்பிக்கை அவருக்கு இருந்தது. தன்னுடைய கருத்தை மக்களும் ஏற்றுக்கொள்வார்கள் என்று அவர் உறுதியாக நம்பினார்.

பெப்ஸி மிகக் கவனமாகத் தனது முதல் அடியை எடுத்துவைத்தது. என்ன செய்கிறோம், எதற்குச் செய்கிறோம் என்று வெளிப்படையாகச் சொல்லாமல், சில கடைகளில்மட்டும் தங்களது ரகசியப் பரிசோதனையைத் தொடங்கினார்கள்.

இந்தக் கடைகளுக்கு வரும் வாடிக்கையாளர்களில் சிலருக்கு, இரண்டு தம்ளர்களில் குளிர்பானங்கள் இலவசமாகத் தரப்பட்டன. இந்தத் தம்ளர்களில், *Q* மற்றும் *M* என்கிற சங்கேதப் பெயர்கள்மட்டும் எழுதப்பட்டிருந்தன.

இவற்றில் ஒன்று கோக-கோலா, இன்னொன்று பெப்ஸி-கோலா. ஆனால், எது கோக-கோலா, எது பெப்ஸி-கோலா என்கிற விஷயம் வாடிக்கையாளருக்குத் தெரியாது. அவர் இரண்டையும் குடித்துப் பார்த்து, எந்தக் குளிர்பானம் அதிகச் சுவையானது என்கிற தனது கருத்தைச் சொல்லவேண்டும்.

இப்படிச் சில நூறு வாடிக்கையாளர்களிடம் சேகரிக்கப்பட்ட தகவல்களைத் தொகுத்துப் பார்த்தபோது, கோக-கோலாவும் பெப்ஸியும் கிட்டத்தட்ட சம அளவு மதிப்பெண்களை வாங்கியிருந்தன. நூலிழை வித்தியாசத்தில் பெப்ஸி-கோலா வெற்றி பெற்றிருந்தது.

போதாதா? லாரி ஸ்மித் சுறுசுறுப்பாக வேலையில் இறங்கினார். முன்பு ரகசியமாகச் செய்த அதே பரிசோதனையை, இப்போது பகிரங்கமாக, மக்கள்முன் செய்து காண்பித்துத் தன்னை நிரூபிக்கத் தயாராகிவிட்டது பெப்ஸி.

சிறுவர்கள், பெரியவர்கள், முதியவர்கள், ஆண்கள், பெண்கள், மாதச் சம்பளக்காரர்கள், பிஸினஸ் பெரும்புள்ளிகள், இல்லத்தரசிகள் என்று எந்த வித்தியாசமும் பார்க்காமல், பலவிதமான மக்களை பெப்ஸி தனது பரிசோதனையில்

பங்கு பெற அழைத்தது. இவர்கள் ஒவ்வொருவருக்கும், பெயர் குறிப்பிடப்படாத இரண்டு கோலாக்கள் கொடுக்கப்பட்டன. இரண்டையும் குடித்துவிட்டு, எந்தச் சுவை தங்களுக்கு அதிகம் பிடித்திருக்கிறது என்பதை அவர்கள் வெளிப்படையாகச் சொன்னார்கள்.

அதன்பிறகுதான், தாங்கள் தேர்ந்தெடுத்தது பெப்ஸியா, அல்லது கோக-கோலாவா என்கிற விவரம் அவர்களுக்குத் தெரிவிக்கப்பட்டது. பெரும்பாலான மக்கள், தங்களுக்கு கோக-கோலாவைவிடப் பெப்ஸிதான் பிடித்திருக்கிறது என்கிற விவரம் தெரிந்து ஆச்சர்யப்பட்டார்கள், சிலர் அதிர்ச்சியடைந்தார்கள்.

காரணம், இவர்கள் எல்லோரும் பல ஆண்டுகளாக கோக-கோலாவை விரும்பிக் குடித்துக்கொண்டிருக்கிறவர்கள். அதைக்காட்டிலும் சிறப்பான இன்னொரு கோலா சுவை இருக்கிறது என்பதையே அவர்கள் இப்போதுதான் உணர்ந்தார்கள். 'இனிமேல் நான் பெப்ஸி பிரியன்' என்று பலர் அந்த இடத்திலேயே கட்சி மாறினார்கள்.

இத்தனையையும், பெப்ஸி நிறுவனம் கேமராக்களில் பதிவு செய்துகொண்டது. இந்தப் படத் துண்டுகளின் அடிப்படையில், ஒரு பிரமாதமான விளம்பர உத்தியை அவர்கள் யோசித்துவைத்திருந்தார்கள்.

அடுத்த சில வாரங்களில், 'பெப்ஸி சவால்' (Pepsi Challenge) விளம்பரங்கள் டல்லாஸ் மாநில ஊடகங்களை ஆக்கிரமித்தன. இதன்மூலம், 'நம்பர் 1' கோக-கோலாவுக்கு பகிரங்கமாகச் சவால் விட்டது பெப்ஸி-கோலா.

கோக-கோலா என்பது, வெறும் பெயர்தான். அதோடு ஒப்பிடுகையில், பெப்ஸியின் சுவைதான் மக்களுக்கு அதிகம் பிடித்திருக்கிறது. அதற்குச் சாட்சியாக, இதோ, எங்களுடைய பரிசோதனையின் வீடியோ பதிவுகள், மக்கள் கோக-கோலாவைவிட பெப்ஸிதான் தங்களுக்குப் பிடித்திருக்கிறது என்று தேர்ந்தெடுப்பதைப் பாருங்கள், இனிமேலும் எதற்கு

கோக் குடிக்கிறீர்கள்? உடனடியாகப் பெப்ஸி-க்கு மாறிவிடுங்கள்!

மிக எளிமையான, அதேசமயம் முகத்தில் அறையும் நேரடித் தன்மையைக் கொண்ட இந்த விளம்பரங்களால், பெப்ஸிக்கு உடனடிப் பலன். 'கோக-கோலாவைவிட பெப்ஸிதான் அதிக டேஸ்டாமே' என்கிற பரபரப்பிலேயே, பெப்ஸியின் விற்பனை மளமளவென்று உயரத் தொடங்கியது.

பெப்ஸி நிறுவனம் சில நூறு வாடிக்கையாளர்களை வைத்து நடத்திய சுவைப் பரிசோதனை(*Taste Tests*)கள், இப்போது டல்லாஸ் முழுவதும் வீட்டுக்கு வீடு, தினந்தோறும் நடந்தன. நிஜமாகவே கோக-கோலாவைவிட பெப்ஸி-கோலா அதிகச் சுவையாக இருக்கிறதா என்று ஆளுக்கு ஆள் சண்டை போட்டுக்கொண்டார்கள்.

உள்ளூர் கோக-கோலா நிறுவனம் இந்தத் தடாலடியைக் கொஞ்சமும் எதிர்பார்த்திருக்கவில்லை. குளிர்பானச் சந்தையில் மூன்றில் ஒரு பகுதியைக் கைப்பற்றிவிட்டு நிம்மதியாகச் சாய்ந்து உட்கார்ந்து ஓய்வெடுத்துக்கொண்டிருந்த அவர்கள், பெப்ஸியின் சவால் விளம்பரங்களைப் பார்த்ததும் அலறிவிட்டார்கள்.

நேற்றைக்கு வந்த பெப்ஸி-கோலா, நம்முடைய கோக-கோலாவைவிடச் சுவையாக இருக்கிறதாமே? ஏகப்பட்ட மக்கள் 'பெப்ஸிதான் ரொம்ப ஜோர்' என்று சப்புக்கொட்டிக்கொண்டு அதையே திரும்பத் திரும்பத் தேர்ந்தெடுக்கிறார்களாமே? இதெல்லாம் நிஜமாகவே நடக்கிறதா? அல்லது விளம்பரத்துக்காக வேண்டுமென்றே மிகைப்படுத்திக் காண்பிக்கிறார்களா?

தீவிரக் குழப்பத்தில் ஆழ்ந்த கோக-கோலாக்காரர்களுக்கு, பெப்ஸி சொல்வதெல்லாம் உண்மைதானா என்பதே சரியாகப் புரியவில்லை. ஆனால், 'பெப்ஸி சவால்' விளம்பரங்களால், மக்கள் மத்தியில் பெரிய பரபரப்பு ஏற்பட்டிருக்கிறது. அதன்மூலம், கோக-கோலா விற்பனைக்குப் பாதிப்பு நிச்சயம்.

இதனால், உடனடியாக ஏதேனும் செய்தாகவேண்டிய கட்டாயத்துக்குத் தள்ளப்பட்டது கோக-கோலா. நிஜமாகவே

பெப்ஸியைவிடக் கோக-கோலாவின் சுவை குறைச்சலா என்று தெரிந்துகொள்வதற்காக, அவர்களும் ரகசியமாகச் சில பரிசோதனைகளைச் செய்து பார்க்கத் தொடங்கினார்கள்.

இந்தப் பரிசோதனைகளின் முடிவுகளைப் பார்த்தபோது, கோக-கோலா நிர்வாகிகளுக்கு மூச்சே நின்றுவிட்டது. அவர்கள் எதைப் 'பொய்' என்று ஒதுக்கித்தள்ள நினைத்தார்களோ, அந்த உண்மை இப்போது கண்ணுக்கு முன்னே நின்று பல்லிளித்தது.

கோக-கோலா நடத்திய சுவைப் பரிசோதனைகளிலும், பெப்ஸி-கோலாவுக்குதான் வெற்றி கிடைத்திருந்தது. பெயர் தெரியாத இரண்டு குளிர்பானங்களைக் குடிக்கும் மக்கள், கோக-கோலாவைவிட, பெப்ஸியைத்தான் அதிகம் விரும்புகிறார்கள். பெப்ஸி தனது விளம்பரங்களில் சொல்வது நிஜம்தான்போலிருக்கிறது.

ஜீரணிக்கமுடியாத இந்த நிஜத்தை, கோக-கோலா மென்று விழுங்கியது. அடுத்து என்ன செய்வது என்று அவர்களுக்குச் சத்தியமாகப் புரியவில்லை.

பெப்ஸி விளம்பரங்களுக்குப் பதிலடியாக, 'அவர்கள் சொல்வதெல்லாம் பொய், எங்களுடைய பானம்தான் அதிகச் சுவையானது, கோக-கோலாவைத்தான் மக்கள் விரும்புகிறார்கள்' என்று பதில் விளம்பரங்கள் கொடுக்கலாம். ஆனால், 'இதற்கெல்லாம் என்ன ஆதாரம்?' என்று யாராவது கேட்டால், முகத்தை எங்கே கொண்டு வைத்துக்கொள்வது?

கோக-கோலாவின் இந்தக் குழப்பத்தை, பெப்ஸி-கோலா நன்றாகப் பயன்படுத்திக்கொண்டது. புதுப்புது விளம்பரங்களைத் தயார் செய்து, கோக-கோலாவின் வெந்த புண்ணில் வேல் பாய்ச்சினார்கள். பெப்ஸிதான் அதிகச் சுவையானது என்பதை அழுத்தமாகத் திரும்பத் திரும்பச் சொன்னார்கள்.

அடுத்த சில வாரங்களுக்குள், டல்லாஸ் மாகாணத்தில் பெப்ஸி-கோலாவின் விற்பனை இருமடங்குக்குமேல் உயர்ந்துவிட்டது. 'பெப்ஸி சவால்' விளம்பரங்களுக்கு மிகப் பெரிய வெற்றி!

இந்தத் தகவல், பெப்ஸி வட்டாரங்களில் அதிவேகமாகப் பரவியது. மற்ற மாநிலங்களைச் சேர்ந்த விற்பனைப் பிரதிநிதிகள், பாட்லர்கள், 'எங்கள் ஊரிலும் பெப்ஸி சவால் விளம்பரங்களை ஒளிபரப்பவேண்டும்' என்று கேட்கத் தொடங்கினார்கள்.

கோக-கோலாவுக்குத் திகிலூட்டும்வகையில், பெப்ஸியின் சுவைப் பரிசோதனைகள் நாடுமுழுவதும் நடத்தப்பட்டன. ஒவ்வொரு மாநிலத்திலும், மக்களின் தீர்ப்பு கோக-கோலாவுக்கு எதிராகதான் இருந்தது.

இந்தப் புள்ளி விவரங்களின் அடிப்படையில், 'பெப்ஸி சவால்' விளம்பரங்கள் படிப்படியாக அமெரிக்காமுழுவதும் பரவின. மக்களின் தினசரிப் பேச்சுவார்த்தைகளில், 'கோக-கோலாவா, அல்லது பெப்ஸி-கோலாவா' என்கிற விவாதம் தவறாமல் இடம் பிடித்தது.

பெப்ஸியின் விற்பனை படிப்படியாக அதிகரித்துக்கொண்டிருந்த காலகட்டம் அது. ஏற்கெனவே சூப்பர் மார்க்கெட்களில் அவர்கள் கோக-கோலாவை எட்டிப்பிடித்து ஜெயித்திருந்தார்கள். மற்ற இடங்களிலும், கோக-கோலாவை எப்படியாவது வீழ்த்திவிடவேண்டும் என்கிற ஆவேசத்துடன் முன்னேறிக்கொண்டிருந்தார்கள்.

இப்போது, கோக-கோலாவுக்குத் தர்ம சங்கடமான நிலைமை. அவர்கள் தங்களுடைய 'நம்பர் 1' இடத்தைத் தக்கவைத்துக் கொள்ளவேண்டுமானால், பெப்ஸிக்குச் சரியான பதில் கொடுத்தாகவேண்டும். இல்லையென்றால், கூடிய சீக்கிரத்தில் கோலாச் சண்டையில் பெப்ஸி நிரந்தரமாக ஜெயித்துவிடும்.

பதற்றத்தில் அவர்கள் செய்த சில விஷயங்கள், கோக-கோலாவுக்கு எதிராகவும், அதன் முக்கியப் போட்டியாளரான பெப்ஸிக்கு ஆதரவாகவும் அமைந்துவிட்டன. ஏற்கெனவே 'பெப்ஸி சவால்' விளம்பரங்களால் வெகுவாகச் சரிந்துபோயிருந்த கோக-கோலாவின் 'நல்ல பிள்ளை' இமேஜ், இப்போது பாதாளத்துக்குப் போய்விட்டது.

இந்தக் காலகட்டத்தில், 'உலக இளைஞர்களின், அடுத்த தலைமுறையின் பானம்' என்கிற அந்தஸ்தைக் கைப்பற்றிக் கொண்டிருந்தது பெப்ஸி. இதனை மேலும் அழுத்தமாக வலியுறுத்துவதற்காக, அவர்கள் ஏகப்பட்ட செலவு செய்து ஒரு புதிய பிரபலத்தைக் கூட்டிவந்தார்கள்.

அந்தப் பிரபலம், மைக்கேல் ஜாக்ஸன்!

பெப்ஸி-கோலாவுக்கும், மைக்கேல் ஜாக்ஸனு(*Micahel Jackson*)க்கும் அதுவரை எந்த நேரடிச் சம்பந்தமும் இல்லை. ஆனால், அவர்தான் தனது அடுத்த கட்ட விளம்பரங்களுக்குப் பொருத்தமானவர் என்று தீர்மானித்திருந்தது பெப்ஸி.

தனது வித்தியாசமான குரல், சுறுசுறு நடனங்கள், பிரம்மாண்டமான காட்சி அமைப்புகளின்மூலம் அன்றைய இசை, நடனப் பிரியர்களை ஒட்டுமொத்தமாகக் கவர்ந்திருந்தார் ஜாக்ஸன். அன்றைய அமெரிக்கர்கள், குறிப்பாகச் சிறுவர்கள், இளைஞர்கள் எல்லோரும் ஜாக்ஸனின் பாடல்கள், நடன பாணியின்மீது பித்துப் பிடித்து அலைந்தார்கள். உலகமெங்கும் அவருக்கு ரசிகர் வட்டம் உருவாகத் தொடங்கியிருந்தது.

இப்படிப்பட்ட ஓர் இளம் சாதனையாளர், நாளைய தலைமுறையின் லட்சிய பிம்பமாகத் திகழ்கிறவர் - இந்த இரண்டு காரணங்களுக்காகவே, ஜாக்ஸன்தான், தன்னுடைய 'புதிய தலைமுறை' விளம்பரங்களில் தோன்றவேண்டும் என்று விரும்பியது பெப்ஸி.

இதற்கு வசதியாக, அப்போது (1984) மைக்கேல் ஜாக்ஸன் தமது சகோதரர்களுடன் இணைந்து ஓர் இசைச் சுற்றுலாவுக்குத் திட்டமிட்டிருந்தார். அந்தச் சுற்றுலாவை பெப்ஸி நிறுவனம் ஸ்பான்ஸர் செய்தால், மைக்கேல் ஜாக்ஸனை வைத்து விளம்பரமும் எடுக்கலாம், நாடுமுழுக்க அவருடைய இசை நிகழ்ச்சியைப் பார்க்க வருகிற இளைஞர்களையும் கவர்ந்து இழுத்துவிடலாம், ஒரே கல்லில் டபுள் மாங்காய்.

அதெல்லாம் இருக்கட்டும், மைக்கேல் ஜாக்ஸன் இதற்குச் சம்மதிப்பாரா?

ஜாக்ஸனுக்கு பெப்ஸி விளம்பரத்தில் நடிப்பதற்குச் சம்மதம்தான். ஆனால் அதற்காக அவர் கேட்ட தொகைதான், ரொம்பப் பெரிசாக இருந்தது - ஐந்து மில்லியன் டாலர்கள்!

இதைக் கேட்ட பெப்ஸி தலைகள் மயங்கி விழாத குறை, 'அஞ்சு மில்லியன் டாலரா, அந்தாளுக்கு என்ன பைத்தியம் ஏதாவது பிடிச்சிருக்கா?'

பைத்தியம் மைக்கேல் ஜாக்ஸனுக்கு இல்லை, அவருடைய ரசிகர்களுக்குத்தான்!

ஜாக்ஸனின் இசையில் உலகமே சொக்கிப்போய் விழுந்திருந்த காலம் அது. அவருடைய பிரபலத்தோடு ஒப்பிடும்போது, ஐந்து மில்லியன் டாலர்கள் என்பது ரொம்பச் சாதாரணமான தொகை.

ஆனால், சரித்திரத்தில் இதற்குமுன்னால் எப்போதும், வேறு யாரும் விளம்பரங்களில் நடிப்பதற்கு இத்தனை பெரிய தொகை வாங்கியது கிடையாதே!

மைக்கேல் ஜாக்ஸன் அதைப்பற்றியெல்லாம் கவலைப்படவில்லை, 'பெப்ஸிக்கு நான் வேணுமா? அப்படின்னா ஐந்து மில்லியன் டாலரைக் கொண்டுவாங்க' என்று கண்டிப்பாகச் சொல்லிவிட்டார்.

பெப்ஸி நிர்வாகம் யோசனையில் மூழ்கியது, ஐந்து மில்லியன், இந்த ஆளை நம்பிக் கொடுக்கலாமா? அது பெரிய ரிஸ்க் இல்லையா?

இப்படி அவர்கள் யோசித்துக்கொண்டிருக்கும்போது, வெளியே ஒரு வதந்தி, 'கோக-கோலாவும் மைக்கேல் ஜாக்ஸனும் பேசிக்கொண்டிருக்கிறார்களாம்!'

பெப்ஸி அரண்டுபோனது, இது உண்மையா, அல்லது யாரோ கிளப்பிவிட்ட பொய்யா என்று யோசிக்கக்கூட அவர்களால் முடியவில்லை - ஒருவேளை நிஜமாக இருந்துவிட்டால்? 'இப்போதான் சவாலெல்லாம் விட்டு மார்க்கெட்டைத்

தேத்திவெச்சிருக்கோம், இந்த நிலைமையில ஜாக்ஸன் அந்தப் பக்கம் போய்ட்டா வேற வினையே வேணாம்!'

'அஞ்சு மில்லியன் டாலர்தானே? போனாப் போகட்டும், அது திரும்ப வராதுன்னு நினைச்சுக்கிட்டுக் கொடுத்துத் தொலைச்சுடலாம்', அவர்கள் அவசரமாக மைக்கேல் ஜாக்ஸனைத் தொடர்புகொண்டார்கள், ஒப்பந்தம் கையெழுத்தானது.

இந்தத் தகவல் வெளியானபோது, பெரும்பாலானோர் பெப்ஸிக்குக் கிறுக்குப் பிடித்துவிட்டது என்றே முடிவு கட்டிவிட்டார்கள். பின்னே? ஐந்து மில்லியன் டாலர்கள் செலவழித்து, மைக்கேல் ஜாக்ஸனை விளம்பரங்களில் பயன்படுத்தவேண்டிய அவசியம் என்ன? அந்தத் தொகையில் ஏழெட்டு நல்ல விளம்பரங்கள் எடுத்து முடித்துவிடலாமே!

இப்படிக் கேலி பேசியவர்களெல்லாம்கூட, பெப்ஸிக்காக மைக்கேல் ஜாக்ஸன் என்ன செய்யப்போகிறார் என்பதைத் தெரிந்துகொள்கிற ஆவலில்தான் இருந்தார்கள். இந்தப் புதிய சவாலைக் கோக-கோலா எப்படிச் சமாளிக்கப் போகிறது என்பதையும் அவர்கள் ஆர்வத்தோடு கவனித்துக் கொண்டிருந்தார்கள்.

பெப்ஸி மைக்கேல் ஜாக்ஸனுக்குக் கொடுத்த ஐந்து மில்லியன் டாலர்களைத்தவிர, அவரது விளம்பரங்களைப் படமாக்குவதற்கும் மிகப் பெரிய அளவில் செலவு செய்யத் தீர்மானித்திருந்தது. பிரம்மாண்டமான செட், ஏகப்பட்ட துணை நடிகர்கள், வெளிச்சமயமான அலங்காரங்கள், வாண வேடிக்கைகள் என்று கோலாகலமாகத் தொடங்கியது படப்பிடிப்பு.

ஆனால், இந்த உற்சாகம் ரொம்ப நேரம் நீடிக்கவில்லை. படப்பிடிப்புக்காக ஏற்பாடு செய்யப்பட்டிருந்த பூவாணம் ஒன்று, மைக்கேல் ஜாக்ஸனின் தலையில் விழுந்து நெருப்பு பற்றிக்கொண்டது.

அவ்வளவுதான். பெப்ஸி நிர்வாகிகள் அலறிவிட்டார்கள், ‘மைக்கேல் ஜாக்ஸனுக்கு என்னாச்சு?’

‘பெரிசா ஒண்ணுமில்லை, ஆனா ஹாஸ்பிடல்ல சேர்த்திருக்கோம்.’

‘ஒண்ணுமில்லைன்னா எதுக்காக ஹாஸ்பிடல்ல சேர்க்கணும்?’

அவர்களுடைய பதற்றத்துக்கு ஒரு காரணம் உண்டு. ‘பெப்ஸி ஷூட்டிங்கில் இருந்தபோது மைக்கேல் ஜாக்ஸனுக்குத் தீ விபத்து’ என்கிற செய்தி வெளியானால், அவர்களுடைய இமேஜ் அதோகதியாகிவிடும். அதன்பிறகு, ஜாக்ஸன் பிரியர்கள் யாரும் பெப்ஸியை இடது கையால்கூடத் தொடமாட்டார்கள்.

அதைவிட மோசம், இந்த விபத்துக்குக் காரணம் பெப்ஸியின் கவனக்குறைவுதான் என்று சொல்லி மைக்கேல் ஜாக்ஸன் வழக்குப் போட்டால் என்ன ஆவது? விளம்பரத்தில் நடிப்பதற்கே ஐந்து மில்லியன் டாலர் கேட்டவர், நஷ்ட ஈடாக எத்தனை பில்லியன் கேட்பாரோ?

நல்லவேளையாக, அப்படி எந்த விபரீதமும் நேர்ந்துவிடவில்லை. ஜாக்ஸனுக்கு ஒரு சின்ன தீக்காயம்தான், அதுவும் சீக்கிரத்தில் குணமாகிவிட்டது.

இந்த ‘ஸ்டார்ட்டிங் ட்ரபிள்’க்குப்பிறகு, மைக்கேல் ஜாக்ஸன் - பெப்ஸி கூட்டணி வண்டி வேகமாக ஓடத் தொடங்கியது. மிக விரைவில் இரண்டு விளம்பரங்கள் தயாராகிவிட்டன.

ஜாக்ஸன் விளம்பரங்களைப் பார்த்த பெப்ஸி நிர்வாகிகள், மேலாளர்கள், ஊழியர்கள், பாட்லர்கள் எல்லோருக்கும் பரம திருப்தி. ஆரம்பத்தில், ‘இந்த ஆளுக்கு ஐந்து மில்லியனா’ என்று வாயைப் பிளந்தவர்கள்கூட, ‘இப்படிப் பிரமாதமான விளம்பரங்கள், இளமை இமேஜ் கிடைக்கும் என்றால், அஞ்சு என்ன, பத்து, பதினஞ்சுகூட அள்ளிக் கொடுக்கலாம்’ என்று ஒப்புக்கொண்டார்கள்.

இதுதான், இந்த இளமை, துள்ளல் அடையாளம்தான்,

பெப்ஸியை அடுத்த கட்டத்துக்குக் கொண்டு செல்லப்போகும் முக்கியமான திருப்புமுனை என்பது எல்லோருக்கும் தெளிவாகப் புரிந்திருந்தது. ஜாக்ஸனின் பெப்ஸி விளம்பரங்கள் வெளியாகும் தேதியை அவர்கள் ஆவலுடன் எதிர்பார்த்துக் கொண்டிருநதார்கள்.

ஆனால், அதற்குமுன்னால் ஜாக்ஸன் இந்த விளம்பரங்களைப் பார்க்கவேண்டும். 'ஓகே' சொல்லவேண்டும், அதன்பிறகுதான் இவற்றை டிவி சானல்களுக்கு அனுப்பிவைக்கமுடியும்.

பெப்ஸி அனுப்பிவைத்த விளம்பரங்களை மைக்கேல் ஜாக்ஸன் நிதானமாகப் பார்த்தார், 'ம்ஹூம், சரியில்லை' என்று உதட்டைப் பிதுக்கிவிட்டார்.

'ஏன், என்னாச்சு?'

'இந்த விளம்பரங்கள்ல என்னோட முகம் ரொம்ப அதிக நேரம் தெரியுது, இதை நான் ஒத்துக்கமாட்டேன்.'

ஜாக்ஸன் இப்படிச் சொன்னதும் பெப்ஸி அதிர்ச்சியில் அலறிவிட்டது, 'யோவ், விளம்பரத்திலே உன் முகத்தைக் காட்டத்தானே அவ்ளோ காசு கொடுத்தோம்?'

மைக்கேல் ஜாக்ஸன் நிதானமாக அவர்களுக்கு விளக்கிச் சொன்னார், 'இந்த விளம்பரம் எல்லா டிவி சானல்கள்லயும் திரும்பத் திரும்ப வரப்போகுது, இதில என் முகம் அதிகமாத் தெரிஞ்சால், ரசிகர்களுக்குச் சலிப்பாயிடும், ப்ச், எப்பப் பார் டிவியில வருவானே, அந்த ஜாக்ஸன்தானே-ன்னு மக்கள் பேச ஆரம்பிச்சுட்டா, அந்த Over Exposure எனக்கும் ஆபத்து, உங்களுக்கும் ஆபத்து.'

அதற்காக? இப்போது என்ன செய்யமுடியும்?

'ரொம்ப சிம்பிள், இதில வர்ற என்னோட க்ளோஸப் காட்சிகளைக் குறைச்சிடுங்க, எப்பப்பார் என் முகத்தையே கவர் செய்யாம, மத்த நடிகர்கள், காட்சிகளை அதிகம் காட்டுங்க' என்றார் மைக்கேல் ஜாக்ஸன்.

இது என்ன கலாட்டா? ஐந்து மில்லியன் டாலர்கள் கொடுத்துவிட்டு மைக்கேல் ஜாக்ஸன் முகத்தைக்கூட ஒழுங்காகக் காட்டாவிட்டால் எப்படி?

ஜாக்ஸன் சிரித்தார், 'என் முகம் இங்கே முக்கியமில்லை, நான்தான் இந்த விளம்பரத்தில நடிக்கறேன்-ங்கறது எல்லோருக்கும் தெரியும், அதனால திரும்பத் திரும்ப என்னையே காண்பிக்கறதைவிட, விளம்பரத்தோட கான்செப்ட், கதை, மத்த கதாபாத்திரங்களுக்கு முக்கியத்துவம் தருவோம், நான் குறைவாகத்தான் வர்றேன்ங்கிற விஷயமே தெரியாதபடி புத்திசாலித்தனமா இந்த விளம்பரங்களைக் கொஞ்சம் மாத்தி அமைக்கலாம், நிச்சயம் சூப்பர் ஹிட் ஆயிடும், கவலைப்படாதீங்க.'

அவர் என்னதான் விளக்கம் கொடுத்தாலும், பெப்ஸிக்கு முழுத் திருப்தி இல்லை. ஆனால், ஜாக்ஸன் தன்னுடைய முடிவில் பிடிவாதமாக இருந்தார்.

ஆகவே, வேறுவழியில்லாமல் மைக்கேல் ஜாக்ஸனின் அதீத க்ளோஸப் காட்சிகளை வெட்டிவிடச் சம்மதித்தது பெப்ஸி. அதன்பிறகு, புதிய விளம்பரங்கள் மீண்டும் திரையிடப்பட்டன.

அப்போதுதான், மைக்கேல் ஜாக்ஸனின் மேதைமை அவர்களுக்குப் புரிந்தது. அந்த விளம்பரங்களில் ஜாக்ஸன் அதிகம் திரையில் தோன்றாவிட்டாலும்கூட, முழுக்க முழுக்க அவருடைய ஆளுமைதான் ஆக்கிரமித்திருந்தது. பழைய விளம்பரங்களைவிட, இந்தப் புதிய வடிவம்தான் அதிகத் தாக்கத்தை ஏற்படுத்தும் என்று எல்லோரும் ஒப்புக்கொண்டார்கள்.

1984ம் ஆண்டுத் தொடக்கத்தில், பெரும் பரபரப்புக்கு நடுவே பெப்ஸியின் மைக்கேல் ஜாக்ஸன் வரிசை விளம்பரங்கள் வெளியிடப்பட்டன. பல மில்லியன் டாலர் செலவழித்து பெப்ஸி அப்படி என்னதான் செய்திருக்கிறது என்பதைப் பார்ப்பதற்காக அமெரிக்காவே க்யூவில் நின்றது.

இதனால், பெப்ஸி நிறுவனம் இந்த விளம்பரங்களை நிறைய காசு கொடுத்துத் திரும்பத் திரும்ப ஒளிபரப்பவேண்டிய அவசியமே ஏற்படவில்லை. அநேகமாக எல்லாத் தொலைக்காட்சி நிலையங்களும், இந்த விளம்பரங்களை விசேஷச் செய்திகளைப்போல் திரும்பத் திரும்ப ஒளிபரப்பின. அவற்றைப் பார்த்து மொத்த தேசமும் வாயடைத்துப்போய் நின்றுவிட்டது.

இதுமாதிரி விளம்பரங்களை அவர்கள் அதுவரை பார்த்ததில்லை, கற்பனையில்கூட நினைத்ததில்லை. அப்படி ஒரு துல்லியம், கச்சிதம், துடிதுடிக்கும் இசை, சிலிர்ப்பூட்டும் நடன அசைவுகள், துள்ளல் ஜாக்ஸன், அந்த விளம்பரங்களுக்குள் ஏதோ மாயாஜாலம் ஒளிந்திருப்பதாக அமெரிக்கர்கள் ஒவ்வொருவருக்கும் தோன்றியது. மைக்கேல் ஜாக்ஸன், பெப்ஸி-கோலாவை அமெரிக்காவின் மிகப் பெரிய பிரபலமாக்கிவிட்டார்.

இன்றைக்கும், மைக்கேல் ஜாக்ஸனின் வெற்றிக் கதையைப் பேசுகிறவர்கள், அவருடைய இசைத் தொகுப்புகள், வீடியோ ஆல்பம்கள் ஆகியவற்றோடு இந்த பெப்ஸி விளம்பரங்களையும் தவறாமல் குறிப்பிடுவார்கள். காரணம், பெப்ஸிக்குமட்டுமின்றி, மைக்கேல் ஜாக்ஸனுக்கும் அந்த விளம்பரங்கள் நல்ல புகழ் பெற்றுத் தந்தன.

இதன்மூலம், பெப்ஸியின் 'இளமை' பிம்பம், மீண்டும் ஒருமுறை அழுத்தமாக வலியுறுத்தப்பட்டது. கூடவே, கோக-கோலாவின் 'பழைய' முகமும்.

குளிர்பானங்களுக்காக அதிகம் காசு செலவழிக்கிறவர்கள் என்று பார்த்தால் சிறுவர்கள், இளைஞர்கள்தான். அவர்களுக்குப் பிடித்த மைக்கேல் ஜாக்ஸனைத் தனது அடையாளமாக மாற்றிக்கொண்ட பெப்ஸி-கோலாவுக்கு, நிறைய இளம் ரசிகர்கள் கிடைத்தார்கள். அதன் விற்பனை கணிசமாக அதிகரிக்கத் தொடங்கியிருந்தது.

அதேசமயம், கோக-கோலாவுக்கும் பெரிய பாதிப்பு ஏற்பட்டுவிடவில்லை. மொத்த விற்பனையில் ஒன்றிரண்டு புள்ளிகள் குறைந்திருக்கும், அவ்வளவுதான்.

ஆனால், அந்தச் சிறிய சரிவுகூட, கோக-கோலா நிர்வாகிகளுக்குப் பூதாகரமாகத் தெரிந்தது. பெப்ஸியின் ஒவ்வொரு வளர்ச்சியையும், தங்களுடைய காலுக்குக் கீழே தோண்டப்படுகிற குழியாகத்தான் அவர்கள் நினைத்தார்கள்.

பெப்ஸியால் கோக-கோலாவுக்கு உடனடி பாதிப்பு இல்லாவிட்டாலும், தங்களுடைய 'நம்பர் 1' கௌரவத்தின் தலையில் ஒரு கத்தி தொங்க ஆரம்பித்திருப்பதை கோக-கோலா உணர்ந்துகொண்டது. இதை உறுதிப்படுத்துவதுபோல், அடுத்த சில வருடங்களில் கோக-கோலா மற்றும் பெப்ஸிக்கு நடுவிலான இடைவெளி கொஞ்சம் கொஞ்சமாகக் குறைந்துகொண்டே இருந்தது.

1980ம் ஆண்டுத் தொடக்கத்தில், குளிர்பானங்களுக்கான சந்தையில் சுமார் 24.3 சதவிகிதத்தைக் கைப்பற்றியிருந்தது கோக-கோலா. நான்கு வருடங்கள் கழித்து, 1984ல் இந்தச் சதவிகிதம் 21.8 எனச் சரிந்திருந்தது.

வெறும் இரண்டரை சதவிகிதம்தானே, இது என்ன பெரிய விஷயம் என்று இதனை அலட்சியப்படுத்திவிடமுடியாது. குளிர்பானங்களுக்கான சந்தை மிகப் பெரியது. அங்கே அரை சதவிகிதம் குறைந்தாலே, கிட்டத்தட்ட நூற்றைம்பது மில்லியன் டாலர்கள் நஷ்டம் என்று அர்த்தம்.

தன்னுடைய சந்தைப் பங்கு குறைகிறதே என்பதுமட்டும் கோக-கோலாவின் வருத்தம் அல்ல. இந்த முன்னாள் வாடிக்கையாளர்கள் எல்லோரும், இப்போது பெப்ஸியின் ரசிகர்களாகிவிட்டார்கள் என்பதால், அவர்களுக்கு இரட்டை அடி.

கோக-கோலா நிறுவனம், இப்போதாவது சுதாரித்துக்கொண்டு ஏதேனும் செய்தால்தான் உண்டு, இல்லையென்றால், பிறகு மிகத் தாமதமாகிவிடும்.

பிரச்னை என்னவென்றால், கோக-கோலா தன்னால் முடிந்த எல்லாவற்றையும் செய்து பார்த்து ஓய்ந்திருந்தது. விளம்பரங்களுக்குச் செலவழிப்பதில் அவர்கள் எப்போதும் சிக்கனம் பார்த்தது இல்லை, விற்பனைப் பிரதிநிதிகள், பாட்லர்ஸ், நிர்வாகிகள், ஊழியர்கள் என்று எல்லோரையும் நன்றாகத்தான் கவனித்துக்கொள்கிறார்கள், இவர்கள் துணையோடு, அமெரிக்காவின் ஒவ்வொரு சதுர அங்குலப் பரப்பளவிலும் கோக-கோலா கண்டிப்பாகக் கிடைக்கும்படி பார்த்துக்கொண்டிருக்கிறார்கள், கோக-கோலா பெப்ஸியைவிட அதிக விலை என்றும் சொல்வதற்கில்லை.

இப்படி எத்தனைவிதமாக யோசித்தாலும், பெப்ஸி ஏன் அதிகம் விற்கிறது என்கிற கேள்விக்கு அவர்களால் விடை கண்டுபிடிக்கமுடியவில்லை. சுற்றிச் சுற்றி எல்லாம் ஒரேமாதிரிதான் இருக்கிறது. இத்தனைக்குப் பிறகும், பெப்ஸியைமட்டும் மக்கள் விரும்புகிறார்கள். ஏன்?

அப்போதுதான், அவர்களுக்கு 'பெப்ஸி சவால்' ஞாபகத்துக்கு வந்தது. ஏகப்பட்ட மக்கள், இரண்டு வெவ்வேறு குளிர்பானங்களைப் பருகிவிட்டு, 'இதுதான் அதிகச் சுவையாக இருக்கிறது' என்று பெப்ஸியைத் தேர்ந்தெடுத்தார்களே, ஒருவேளை அது உண்மையாக இருக்குமோ?

எல்லாம் சரியாகத்தான் செய்கிறோம், ஆனாலும் கோக-கோலாவின் விற்பனையில் முன்னேற்றம் இல்லை. அப்படியானால், நாம் விற்கிற பொருளில் குறை என்றுதானே அர்த்தம்? பெப்ஸியைவிட, கோக-கோலா சுவை குறைவாக இருந்தால், மக்கள் அதை எப்படி வாங்குவார்கள்?

இப்படி யோசித்த கோக-கோலா, ஒரு விபரீதமான முடிவுக்கு வந்தது!

14. புத்தி 'மாறி'ப் போச்சு

நம் ஊரில் 'சிதம்பர ரகசியம்' என்று சொல்கிறோமே, அதுபோல அமெரிக்காவிலும் சில 'டாப் சீக்ரட்' சமாசாரங்கள் உண்டு. இவற்றை மூன்றாம் நபருக்குத் தெரியாதபடி வங்கி லாக்கர்களுக்குள் பத்திரமாகப் பாதுகாத்து வைத்திருப்பார்கள்.

இந்த ரகசியப் பட்டியலில் முதல் இடம் பிடிப்பது, '7X' என்று செல்லமாக அழைக்கப்படும் கோக-கோலாவுக்கான ஃபார்முலா. இன்றுவரை, இந்த ரகசியச் சூத்திரத்தைத் தெரிந்தவர்களின் எண்ணிக்கை ஒரு கைவிரல்களுக்குள் அடங்கிவிடும் என்கிறார்கள்.

'7X' என்பது, ஏழு ரகசியப் பொருள்களின் கலவை. என்னென்ன பொருள்கள், அவற்றை என்ன விகிதத்தில் எப்படிக் கலக்கவேண்டும் என்பதில்தான் விஷயமே.

1886ம் ஆண்டு ஜான் பெம்பர்டன் என்பவர் உருவாக்கிய ஃபார்முலா இது. காலப்போக்கில் இதில் சில குறிப்பிடத்தக்க மாற்றங்களைச் செய்யவேண்டியிருந்தது. மற்றபடி, கிட்டத்தட்ட 90 ஆண்டுகளாக, கோக-கோலாவின் ஃபார்முலாவில் எந்தப் பெரிய மாற்றமும் இல்லை. அதே பழைய '7X' கோக-

கோலாதான், உலகமெங்கும் பாட்டில்களாக, கேன்களாக விற்கப்பட்டது.

கோக-கோலாவின் ஃபார்முலாதான், அதன் மிகப் பெரிய பலம் என்று நினைக்கிறவர்கள் இப்போதும் இருக்கிறார்கள். அந்தச் சுவையை எப்படிக் கொண்டுவருவது என்று வெளியாள்களுக்குத் தெரியாதவரை, கோக-கோலாதான் மஹாராஜா, இதில் சந்தேகமே இல்லை.

தனது இந்த மிகப் பெரிய ரகசியம் வெளியே கசிந்துவிடக்கூடாது என்பதற்காக, கோக-கோலா நிறுவனம் என்னென்னவோ பாதுகாப்பு ஏற்பாடுகளைச் செய்துகொண்டிருந்தது. '7X' ஃபார்முலாவை வங்கி லாக்கர் ஒன்றில் பூட்டி வைத்து, அதன்மீது பாம்பு, தேள், நட்டுவாக்காலியையெல்லாம் விட்டு பந்தோபஸ்து பண்ணியிருந்தார்கள்.

இப்படிக் கஷ்டப்பட்டுப் பாதுகாக்கிற '7X' ஃபார்முலாதான், தங்களுடைய மிகப் பெரிய சொத்து என நம்பியது கோக-கோலா. அதன் சுவையில் அவர்களுக்கு அப்படி ஒரு பெருமை.

ரசிகர்களும், 'எங்கள் உடம்பில் ரத்தத்துக்குச் சமமாகக் கோக-கோலாதான் ஓடுகிறது' என்று பெருமிதமாகச் சொல்லிக்கொள்வார்கள். குழந்தைப் பருவத்தில் தொடங்கி, வாழ்நாள்முழுவதும் தண்ணீரைவிட அதிகமாக, கோக-கோலா குடித்த அமெரிக்கர்கள் உண்டு. கிட்டத்தட்ட ஒரு நூற்றாண்டு காலப் பாரம்பர்யம் அது.

பாரம்பர்யத்தால் என்ன பிரயோஜனம்? இன்றைய விற்பனைக் கணக்கு என்ன? அதுதானே முக்கியம்?

அங்கேதான் கோக-கோலாவுக்கு ஜன்னி கண்டிருந்தது. இத்தனை வருடங்களாக அவர்கள் பாடுபட்டுச் சேர்த்த வாடிக்கையாளர்களை, பெப்ஸி அள்ளிக்கொண்டு போகிறது. அவர்களுடைய விளம்பரங்களைப் பார்க்கும்போது, பெப்ஸிக்கு நல்ல பெயர் கிடைக்கிறதோ இல்லை, ஆட்டோமேடிக்காக கோக-கோலாவுக்குக் கெட்ட பெயர் வந்துவிடுகிறது.

அமெரிக்கச் சூழலில் ஒரு மிகப் பெரிய ஹீரோவாக இருந்த கோக-கோலா, திடுதிப்பென்று வில்லனாகிவிட்டது. இந்தச் சிக்கலில் இருந்து விடுபடுவது எப்படி என்று புரியாமல் அதன் நிர்வாகிகள் தவித்தார்கள்.

இதற்குமேலும் பெப்ஸியை வளரவிட்டால், அவர்கள் கோக-கோலாவைத் தாண்டி அமெரிக்காவின் 'நம்பர் 1' குளிர்பானமாகிவிடுவார்கள். அந்த அவமானத்தைக் கோக-கோலாவால் தாங்கிக்கொள்ளவேமுடியாது.

கோக-கோலா நிர்வாகிகள் ஒவ்வொருவரும், 'ஏதாவது செய்யவேண்டும்' என்று பைத்தியம் பிடித்ததுபோல் திரிந்தார்கள். எப்படியாவது அமெரிக்கர்களை மீண்டும் கோக-கோலாப் பிரியர்களாக மாற்றவேண்டும். அது எப்படி?

விளம்பரங்களை அதிகப்படுத்தியாகிவிட்டது, வள்ளல் கணக்காக இலவசக் கூப்பன்களை அள்ளிவிடுகிறோம், லேட்டஸ்ட் மார்க்கெட்டிங் நுணுக்கங்கள் அனைத்தையும் முயன்று பார்த்துவிட்டோம், சிறிய பெட்டிக்கடைகளில் தொடங்கி சூப்பர் மார்க்கெட்வரை எங்கேயும் கோக-கோலா கிடைக்கிறது. இத்தனைக்குப்பிறகும், மக்கள் கோக-கோலாவை வாங்க மறுக்கிறார்கள் என்றால், அதற்கு என்ன காரணம் இருக்கமுடியும்?

சுவை? நூறு வருடப் பழசான கோக-கோலாவின் சுவை, மக்களுக்கு அலுத்துப்போய்விட்டதோ? ஏதேனும் புதுசாக வேண்டும் என்று பெப்ஸியை நாடுகிறார்களோ?

இத்தனை ஆண்டுகளாக, 'எங்கள் ஃபார்முலாதான் உசத்தி' என்று பெருமிதப்பட்டுக்கொண்டிருந்த கோக-கோலா நிறுவனம், இப்போது திடீரென்று அதையே தனது பலவீனமாக நினைப்பது சுத்தமான அபத்தம்தான். ஆனால், பெப்ஸியின் அதிரடியால், இப்படி யோசிக்கவேண்டிய நிலைமைக்கு அவர்கள் தள்ளப்பட்டிருந்தார்கள்.

தங்களுடைய ஃபார்முலாவில் குறை இருக்கிறது என்று கோக-

கோலாவை நினைக்கவைத்தது, பெப்ஸியின் மிகப் பெரிய வெற்றி. இந்த எண்ணம் தோன்றியபிறகு, அவர்களுக்கு வேறு எதுவும் முக்கியமாகத் தெரியவில்லை.

கோக-கோலாவின் ஃபார்முலா சரியில்லை. அதைமட்டும் மாற்றிவிட்டால், எல்லாம் சரியாகிவிடும் என்கிற கண்மூடித்தனமான நம்பிக்கை ஒன்று, கோக-கோலா வட்டாரங்களில் உருவாகியிருந்தது. இதற்கான ரகசியப் பரிசோதனைகள் உடனடியாகத் தொடங்கின.

இந்தமுறை, அவர்கள் பெப்ஸி-கோலாவைத்தான் தங்களுடைய இலக்காக நினைத்துக்கொண்டார்கள். மக்களுக்குப் பெப்ஸியின் சுவைதான் அதிகம் பிடிக்கிறது. அப்படியானால், நம்முடைய ஃபார்முலாவையும் அதேபோல் மாற்றியாகவேண்டும் என்று முடிவுகட்டினார்கள்.

பல கோக-கோலா அதிகாரிகள், ஆராய்ச்சியாளர்கள் அப்போதுதான் முதன்முறையாக பெப்ஸியைக் குடித்துப் பார்க்கிறார்கள். இந்தப் பானத்தில் அப்படி என்னதான் இருக்கிறது? கோக-கோலாவைவிடக் கொஞ்சம் அதிகமாகத் தித்திக்கிறது. அந்த இனிப்புச் சுவைதான் மக்களுக்குப் பிடிக்கிறதோ?

யுரேகா! கோக-கோலாவில் இனிப்பை அதிகப்படுத்திவிட்டால், அதன் சுவையும் மக்களுக்குப் பிடித்துப்போய்விடும். அவ்வளவுதான், பெப்ஸி காலி!

யோசிக்க யோசிக்க சிரிப்பு வருகிறதில்லையா? இரண்டாம் இடத்தில் இருக்கும் பெப்ஸியை, முதல் நிலையில் பல ஆண்டு களாகக் காலூன்றியிருக்கிற கோக-கோலா காப்பியடித்தால், அதைவிடக் காமெடி வேறு என்ன இருக்கமுடியும்?

கோக-கோலா அதிகாரிகளுக்கு ஏனோ இந்த அபத்தம் புரியவே இல்லை. 'அட்டகாசமான யோசனை' என்று தங்களுக்குத் தாங்களே முதுகு சொரிந்துகொண்டு, கோக-கோலாவின் ஃபார்முலாவை மாற்றும் முயற்சிகளில் இறங்கினார்கள்.

7X ஃபார்முலா. இத்தனை நாள்களாக பைபிள்போல் பாதுகாக்கப்பட்டுவந்த ரகசிய ஆவணம். இதுதான் கோக-கோலாவின் வெற்றிக்கான முதுகெலும்பு என்று முதலாளிகள் தொடங்கி தொழிலாளர்கள்வரை எல்லோரும் நம்பிக்கொண்டிருந்த சூத்திரம். இனிமேல் அது நமக்கு வேண்டாம் என்று முடிவெடுத்துவிட்டது கோக-கோலா.

புதிய ஃபார்முலாவுக்கான ஆய்வுகள், மிகவும் ரகசியமான முறையில் நடைபெற்றன. விதவிதமான கலவைகளில் சிரப்கள் தயாரிக்கப்பட்டுப் பரிசோதிக்கப்பட்டன.

கடைசியில், அவர்கள் விரும்பியதுபோன்ற ஒரு ஃபார்முலா கிடைத்துவிட்டது. பழைய கோக-கோலாவைவிட அதிகத் தித்திப்புடன், கிட்டத்தட்ட பெப்ஸி-கோலாமாதிரியே சுவைக்கிற ஒரு பானத்தை அவர்கள் கண்டுபிடித்து(?)விட்டார்கள்.

கோக-கோலா மேலிடம் இந்தப் புதிய பானத்தைக் குடித்துப் பார்த்து, 'ஆஹா' என்று அகமகிழ்ந்தது. 'இது ஒன்றே போதும், நாசக்கார பெப்ஸியை ஓட ஓட விரட்டிவிடலாம்' என்று உற்சாகமாகச் சொல்லிக்கொண்டார்கள்.

இதை உறுதிப்படுத்திக்கொள்வதற்காக, மக்களிடையே ரகசியக் கணக்கெடுப்புகளில் இறங்கியது கோக-கோலா. சில நூறு வாடிக்கையாளர்களிடம், பெப்ஸி-கோலாவையும் தங்களுடைய புதிய பானத்தையும் பருகக் கொடுத்தார்கள், 'இந்த இரண்டில் எதன் சுவை உங்களுக்கு அதிகம் பிடித்திருக்கிறது?' என்று கேட்டார்கள்.

என்ன நடக்கிறது என்று புரியாத மக்கள், குழப்பத்துடன் அந்தப் பானங்களைக் குடித்துப் பார்த்தார்கள். இரண்டுமே கிட்டத்தட்ட ஒரேமாதிரியாக தான் தித்திக்கிறது. இவற்றில் எதைச் சிறந்தது என்று தேர்ந்தெடுப்பது?

பெரும்பாலான வாடிக்கையாளர்கள், அப்போதைக்குத் தங்கள் மனத்தில் என்ன தோன்றியதோ அதைச் சொன்னார்கள். இந்தத் தகவல்களைக் கூட்டிக் கழித்துப் பார்க்கிறபோது,

பெப்ஸி-கோலாவைவிட, கோக-கோலாவின் புதிய பானம் அதிக வாக்குகளைப் பெற்று ஜெயித்திருந்தது.

போதாதா? கோக-கோலா மேலிடத்தில் திருவிழாக் கொண்டாட்டம்தான். பெப்ஸி-கோலாவை வீழ்த்தக்கூடிய ஒரு பானத்தைக் கண்டுபிடித்துவிட்டோம் என்று அவர்கள் உற்சாகத்தில் மிதந்தார்கள்.

அப்போதும், சிலருக்குச் சந்தேகம் தீரவில்லை. நிஜமாகவே அமெரிக்கர்கள் இந்த மாற்றத்தை ஏற்றுக்கொள்வார்களா? வெறும் இருநூறு, முன்னூறு பேரிடம் சுவைப் பரிசோதனை செய்து பார்த்துவிட்டு, அதன் அடிப்படையில் தொண்ணூற்றெட்டு வருட கோக-கோலா ஃபார்முலாவை மாற்றுவதா? எங்கேயோ கொஞ்சம் இடிக்கவில்லை?

கொஞ்சம் இல்லை, நிறையவே இடித்தது. ஆனால், கோக-கோலா நிர்வாகம் அதைக் கவனிக்கிற மனோநிலையில் இல்லை. ஃபார்முலா மாற்றம்தான் தங்களுடைய பிரச்னைக்கு ஒரே தீர்வு என்று அவர்கள் ஏற்கெனவே முடிவு செய்துவிட்டார்கள். கோக-கோலாவின் புதிய ஃபார்முலாவை முழுவீச்சில் அறிமுகப்படுத்துவது என்று உறுதியாக முடிவு செய்துவிட்டார்கள்.

1985ம் ஆண்டு தொடக்கத்தில், புது ஃபார்முலா கோக-கோலா முழுமையாகத் தயாராகிவிட்டது. அதற்கு ‘New Coke’ என்று அலங்காரமாகப் பெயரும் சூட்டிவிட்டார்கள்.

அதேசமயம், கோக-கோலாவின் ஃபார்முலா மாறப்போகிறது என்கிற விஷயத்தை அதன் நிர்வாகம் மிகவும் ரகசியமாக வைத்திருந்தது. இந்தத் தகவல் வெளியாகிவிட்டால், பெப்ஸி சுதாரித்துக்கொண்டு ஏதாவது சில்மிஷம் செய்துவிடும் என்பது அவர்களுடைய பயம்.

இதனால், புதிய ‘கோக்’கிற்கான விளம்பர ஏற்பாடுகள் மிகவும் ரகசியமானமுறையில் நடைபெற்றுக்கொண்டிருந்தன. அந்தக் காலத்து மாடர்ன் தியேட்டர்ஸ் படங்களில் வருகிற

வில்லன்களின் கொடௌன் வாசஸ்தலங்களைப்போன்ற இருட்டு அறைகளில்தான் குசுகுசுவென்று ரகசியப் பேச்சுகள் நடைபெற்றன. விவாதங்களைப்பற்றிய குறிப்புகள், விளம்பர வடிவமைப்புகளெல்லாம் துண்டுக் காகிதம்கூட மிச்சம் வைக்காமல் கிழித்து எறிந்தார்கள்.

கோக-கோலாவின் உயர்மட்டத்திலேயேகூட, மிகச் சிலருக்கு மட்டும்தான் இதுபற்றிய தகவல்கள் தெரிவிக்கப்பட்டிருந்தன. தவிர்க்கமுடியாமல், வெளிநபர்களை இதில் ஈடுபடுத்தவேண்டிய சூழ்நிலை வந்தால், அவர்களை ஆள் அரவமில்லாத இடங்களில், நள்ளிரவு நேரத்தில், டார்ச் லைட் வெளிச்சத்தில்தான் சந்தித்துப் பேசினார்கள்.

ஒருகட்டத்துக்குமேல், இப்படித் தொடர்ச்சியாக ரகசியம் காக்கமுடியவில்லை. கொஞ்சம் கொஞ்சமாக, கோக-கோலா நிறுவனத்துக்குள்ளும், பாட்லர்கள், விற்பனையாளர்கள் மத்தியிலும் இந்தச் செய்தி கசிய ஆரம்பித்தது, வெளியே பிஸினஸ் வட்டாரங்களிலும் 'கோக் ஃபார்முலா மாறப்போகுதாமே' என்று பரபரப்பாகப் பேசிக்கொண்டார்கள்.

கோக-கோலாவின் ஃபார்முலாவில் மாற்றம் என்று தெரிந்ததும், பலருக்கு அதிர்ச்சி, சிலருக்குச் சந்தோஷம். அநேகமாக எல்லோருக்கும் நிர்வாகத்தின்மீது முழு நம்பிக்கை இருந்தது. ஆகவே, அடுத்து என்ன நடக்கப்போகிறது என்று ஆவலுடன் காத்திருந்தார்கள்.

1985 ஏப்ரல் 23ம் தேதி, 'புது கோக்'பற்றிய அறிவிப்பை வெளியிட முடிவெடுத்தது கோக-கோலா. இதற்காக ஏற்பாடு செய்யப்பட்டிருந்த சிறப்புப் பத்திரிகையாளர் சந்திப்புக்கு, அமெரிக்காவின் முக்கிய ஊடகங்கள் அனைத்தும் அழைக்கப்பட்டிருந்தன.

இந்த அழைப்பில்கூட, 'கோக-கோலாவின் ஃபார்முலாவை மாற்றப்போகிறோம்' என அவர்கள் வெளிப்படையாகச் சொல்லிவிடவில்லை. 'ஒரு முக்கிய அறிவிப்பு' என்றுமட்டும் பூடகமாகக் குறிப்பிட்டிருந்தார்கள்.

அப்போதும், பெப்ஸி-கோலாவுக்கு மூக்கில் வியர்த்துவிட்டது. ஊரில் இருக்கிற குப்பன், சுப்பன்கள் ஒருவரைக்கூட மிச்சம் வைக்காமல் அழைப்பிதழ் அனுப்புகிற அளவுக்கு கோக-கோலாவில் என்ன முக்கிய அறிவிப்பு? சுறுசுறுப்பாகத் தங்களுடைய ரகசிய விசாரணைகளைத் தொடங்கியது பெப்ஸி.

இந்த விசாரிப்புகளில், அரசல்புரசலாக விஷயம் வெளியே வந்துவிட்டது. கோக-கோலாவின் 'சிறப்புப் பத்திரிகையாளர் சந்திப்பு'க்குக் காரணம் புரிந்தபோது, பெப்ஸி நிர்வாகிகளால் அதை நம்பமுடியவில்லை.

கோக-கோலா ஃபார்முலா மாறப்போகிறதா? சும்மா ஜோக் அடிக்காதீங்க சார்!

அவர்களுடைய வியப்புக்குக் காரணம், என்னதான் பெப்ஸி-கோலா அதிவேகத்தில் முன்னேறிக்கொண்டிருந்தாலும், இன்றைக்கும் ஒட்டுமொத்த விற்பனையில் கோக-கோலாதான் ராஜா. பெப்ஸிக்கு பயந்து, கோக-கோலாவின் ஃபார்முலாவை மாற்றுவது சுத்த முட்டாள்தனம். இதன்மூலம் கோடிக்கணக்கான கோக-கோலா ரசிகர்கள் வருத்தமடைவார்கள், கோபமடைவார்கள், 'இனிமேல் எங்களுக்குக் கோக-கோலா வேண்டாம்' என்று அவர்கள் புறக்கணித்துவிட்டால்கூட ஆச்சர்யப்படுவதற்கில்லை.

கோக-கோலா நிர்வாகிகளுக்குப் புரியாத இந்த விஷயம், பெப்ஸிக்காரர்களுக்குப் புரிந்துவிட்டது. ஆகவே, தகவல் உண்மையானதுதானா என்று மேலும் தீவிரமாகத் தோண்டித் துருவ ஆரம்பித்தார்கள்.

கடைசியில், விஷயம் உறுதியாகிவிட்டது. கோக-கோலாவின் ஃபார்முலா மாறப்போகிறது. அதுவும், பெப்ஸியைப்போல!

இதைக் கேள்விப்பட்டதும், 'ஐயையோ, நாம் காலி' என்று வருத்தப்படாமல், 'ஆஹா, பிரமாதம்' என்று துள்ளி எழுந்தது பெப்ஸி. 'எங்களுடைய பெப்ஸி-கோலா, கோக-கோலாவைவிடச் சிறந்த குளிர்பானம்' என்று அழுத்தம் திருத்தமாகச் சொல்வதற்கு,

இதைவிட இன்னொரு சாட்சி வேண்டுமா?

ஒருபக்கம் கோக-கோலாவின் 'புதிய' அறிவிப்புக்கான வேலைகள் நடந்துகொண்டிருக்கையில், இன்னொருபக்கம் பெப்ஸியின் அதிரடிகள், பதிலடிகளுக்கான ஏற்பாடு தொடங்கின. கிடைத்த ஒன்றிரண்டு நாள் அவகாசத்தில், கோக-கோலாவைக் கவிழ்ப்பதற்கு என்னவெல்லாம் செய்யமுடியுமோ அத்தனையையும் செய்து முடித்துவிட்டது பெப்ஸி.

கோக-கோலா தன்னுடைய பத்திரிகையாளர் சந்திப்புக்கு யாரையெல்லாம் அழைத்திருக்கிறது என்று ஒரு பட்டியல் தயாரித்தது பெப்ஸி. அவர்கள் எல்லோரையும் உடனே வரவழைத்து, விஷயத்தைப் போட்டு உடைத்துவிட்டார்கள்.

ஐயா பெருமகனார்களே, கோக-கோலாவின் ஃபார்முலா மாறப்போகிறது. அதற்காகத்தான் உங்களுக்கு விசேஷ அழைப்பிதழ் வந்திருக்கிறது.

நீங்கள் அந்த விழாவில் கலந்துகொள்வதுபற்றி எங்களுக்கு எந்த ஆட்சேபணையும் இல்லை. தாராளமாகக் கலந்துகொள்ளுங்கள். ஓசியில் புதிய கோக-கோலா தருவார்கள், அதை வாங்கிக் குடித்து மகிழுங்கள். வேண்டுமானால், பெண்டாட்டி, பிள்ளை குட்டிகளுக்கு பார்சல்கூட வாங்கிக்கொள்ளுங்கள். பாதகமில்லை.

விஷயம் என்னவென்றால், கோக-கோலாவின் ஃபார்முலா தானாக மாறவில்லை. எங்களைப் பார்த்து பயந்துபோய், அவர்கள் தங்களுடைய பானத்தின் சுவையை மாற்றியிருக்கிறார்கள். பெப்ஸியை அசட்டுத்தனமான வகையில் காப்பியடித்திருக்கிறார்கள்.

இதற்கு என்ன அர்த்தம்? கோலா சண்டையில், பெப்ஸி ஜெயித்துவிட்டது என்பதுதானே? பெப்ஸியின் சுவையை ஏற்றுக்கொண்டதால்தானே கோக-கோலா தன்னுடைய ஃபார்முலாவை மாற்றியிருக்கிறது?

நாங்கள் சொல்வதை நீங்கள் இப்படியே ஏற்றுக்கொள்ளவேண்டும் என்று எந்த அவசியமும் இல்லை. நாளைக்கு கோக-கோலாவின் பத்திரிகையாளர் சந்திப்பில், இந்தக் கேள்விகளையெல்லாம் நீங்கள் அவர்களிடமே கேட்கலாம். என்ன பதில் சொல்கிறார்கள் என்று தெரிந்துகொள்ள நாங்களும் ஆவலாகக் காத்திருக்கிறோம்.

ஊசி ஏற்றுவதுபோல் விஷயத்தை முடித்துவிட்டது பெப்ஸி. கோக-கோலாவின் பத்திரிகையாளர் சந்திப்பில், என்னென்ன கேள்விகள் கேட்கப்படவேண்டும் என்பதை இவர்களே எடுத்துக் கொடுத்துவிட்டார்கள். இங்கே பற்றவைத்தது, அங்கே போய் வெடிக்கும், கலாட்டா, குழப்பம் நிச்சயம்.

இதோடு நிறுத்தாமல், கோக-கோலாவின் அறிவிப்பு வெளியாகிற தினத்தன்று, அனைத்து முக்கியப் பத்திரிகைகளிலும் ஒரு பிரம்மாண்டமான விளம்பரம் கொடுத்தது பெப்ஸி. இதன்மூலம், மக்கள் கோக-கோலா ஃபார்முலா மாற்றத்தைப்பற்றித் தெரிந்துகொள்வதற்கு முன்னாலேயே, அதைத் தங்களுடைய வெற்றியாக அறிவித்துவிட்டார்கள்.

சுவாரஸ்யமான அந்த விளம்பரம், சென்ற நூற்றாண்டின் மிகப் பிரபலமான மார்க்கெட்டிங் தந்திரங்களில் ஒன்று. கடித வடிவில் அமைந்திருந்த அந்த விளம்பரத்தில், பெப்ஸி நிறுவனத்தின் அமெரிக்கப் பிரிவுத் தலைவர் ரோஜர் என்ரிகோ *(Roger Enrico)* கையெழுத்திட்டிருந்தார்.

அன்பான அமெரிக்கர்களே, கொஞ்சம் யோசியுங்கள், தொண்ணூற்றுச் சொச்ச வருஷம் கழித்து திடீரென்று கோக-கோலா ஏன் அவர்களுடைய ஃபார்முலாவில் கைவைக்கவேண்டும்?

பெப்ஸியின் வளர்ச்சியை கோக-கோலாவால் பொறுத்துக் கொள்ளமுடியவில்லை, அதனால்தான், தங்களுடைய ஃபார்முலாவை மாற்றுகிறார்கள். அதாவது, கோக-கோலாவில் ஏதோ தவறு இருக்கிறது என்பதை அவர்களே ஒப்புக்கொள்கிறார்கள்!

இதன் அர்த்தம், 87 வருடங்களாகத் தொடர்ந்துகொண்டிருந்த இந்தக் கோலா போட்டியில் பெப்ஸி ஜெயித்துவிட்டது. இதற்கு ஒத்துழைத்த உங்கள் எல்லோருக்கும் நன்றி, தோற்றுப்போன கோக-கோலாவுக்கு எங்களுடைய ஆழ்ந்த அனுதாபங்கள்!

இந்தக் கடித(?)த்தைப் பார்த்த அமெரிக்க மக்கள், குழம்பிப்போனார்கள். நிஜமாகவே கோக-கோலாவின் ஃபார்முலா மாறப்போகிறதா? அவர்களால் நம்பமுடியவில்லை.

இப்படியாக, கோக-கோலா தனது 'ரகசிய' ஃபார்முலா மாற்றத்தை அறிவிப்பதற்கு முன்பாகவே, ஊரெல்லாம் அந்தச் செய்தி தம்பட்டம் அடிக்கப்பட்டுவிட்டது. தெருவுக்குத் தெரு மக்கள் இதைப்பற்றிதான் பேசிக்கொண்டிருந்தார்கள்.

இதனால், கோக-கோலாவுக்கு எரிச்சல், பெப்ஸி அநாவசியமாகத் தங்களுடைய தனிப்பட்ட விஷயத்தில் தலையிடுவதாக அவர்கள் நினைத்தார்கள்.

ஆனால், கோலா போர்களில் தனிப்பட்ட விஷயம் என்றெல்லாம் எதுவும் கிடையாது. இரண்டு நிறுவனங்களும் அடுத்தவர்களுடைய பலவீனம் எங்கே என்று பார்த்து அடிப்பதற்குத் தயங்குவதே இல்லை.

இந்த விஷயத்தில், பெப்ஸியின் அதிரடிக்கு ஒரு முக்கியமான காரணம், பயம்தான். ஒருவேளை, கோக-கோலாவின் புது ஃபார்முலா மிகச் சிறப்பாக இருந்துவிட்டால்? இத்தனை வருடமாக பெப்ஸி கஷ்டப்பட்டு ஜெயித்ததெல்லாம் வீணாகி, மறுபடியும் பூஜ்ஜியத்திலிருந்து ஆரம்பிக்கவேண்டுமில்லையா?

அப்படி ஒரு விபரீதம் நிகழ்வதற்கு முன்னால், நாம் முந்திக்கொள்ளலாம் என்று தீர்மானித்தது பெப்ஸி - அமெரிக்க மக்கள் கோக-கோலாவின் ஃபார்முலா மாற்றத்தை ஒரு பெரிய முன்னேற்றமாக நினைக்கக்கூடாது, பெப்ஸியைப் பார்த்து கோக் காப்பி அடிக்கிறது என்பதை அவர்கள் புரிந்துகொள்ளவேண்டும், அதற்கு நாம் என்ன செய்யவேண்டுமோ அதைச் செய்வோம், அவ்வளவுதான்!

பெப்ஸியின் இந்த அதிரடியால், கோக-கோலாவின் பத்திரிகையாளர் சந்திப்பு, 'சர்ப்ரைஸ்' அறிவிப்பு இரண்டுமே, மகா சொதப்பலாக முடிந்தது. 'கோக-கோலாவை மேலும் சிறப்பாக மாற்றியிருக்கிறோம்' என்று அவர்கள் ஃபார்முலா மாற்றத்தை அதிகாரபூர்வமாக அறிவித்தபோது, பத்திரிகையாளர்கள், மக்கள் நம்பமுடியாமல் பார்த்தார்கள்.

அடுத்த விநாடி, அந்த அதிர்ச்சி கோபமாக மாறியது. கோக-கோலாவின் புதிய ஃபார்முலாவை ருசித்துப் பார்க்கக்கூட அவர்கள் தயாராக இல்லை, 'இன்னும் ஒரு வருடத்தில் உங்களுடைய 7X ஃபார்முலாவுக்கு நூறு வயது முடியப்போகிறது. இந்த நேரத்தில், இப்படித் திடீரென்று அதை மாற்றவேண்டிய அவசியம் என்ன? பெப்ஸியைப் பார்த்துக் காப்பியடிக்கிறீர்களா?' என்று நேரடியாகவே கேட்க ஆரம்பித்தார்கள்.

பத்திரிகையாளர்களின் கேள்விகளைச் சந்திக்கமுடியாமல் கோக-கோலா நிர்வாகிகள் திணறினார்கள். அவர்களுடைய வழவழா, கொழகொழா பதில்கள், விளக்கங்கள் எவையும் எடுபடவில்லை. பெப்ஸியின் வெற்றி அறிவிப்பு உண்மைதான் என்பதுபோல் நடந்துகொண்டுவிட்டது கோக-கோலா.

'தேவைப்பட்டால், பழைய கோக-கோலாவை மீண்டும் கொண்டுவருவீர்களா?' என்று கேட்டார் ஒரு பத்திரிகையாளர்.

'அதற்கான அவசியமே ஏற்படாது' என்று கம்பீரமாக அறிவித்தது கோக-கோலா, 'இனிமேல் எல்லோருக்கும் புதிய கோக்தான், மக்கள் இதனை விரும்பி ஏற்றுக்கொள்வார்கள் என நாங்கள் உறுதியாக நம்புகிறோம்.'

'ம்ஹூம், சான்ஸே இல்லை' என்று சொல்லிவிட்டார்கள் மக்கள். ஒட்டுமொத்த அமெரிக்காவும், இந்த விஷயத்தில் கோக-கோலாவுக்கு எதிராகத் திரும்பியது.

பெப்ஸி நிமிர்ந்து உட்கார்ந்தது. அவர்களே எதிர்பார்க்காத திருப்பம் இது.

கோக-கோலாவின் புதிய ஃபார்முலா மக்களுக்குப் பிடிக்கவில்லை, பழைய சுவைதான் அவர்களுக்கு வேண்டும்.

ஆனால், கோக-கோலா நிர்வாகம் இதைப் புரிந்துகொள்ளவில்லை. மறுபடி பழைய ஃபார்முலா கோக-கோலாவைக் கொண்டுவர முடியாது என்று பிடிவாதம் பிடிக்கிறார்கள்.

அப்படியானால், மக்களுக்கு என்ன வழி? ஒன்று, அவர்கள் 'புதிய கோக்'கைக் குடித்துப் பழகிக்கொள்ளவேண்டும். இல்லையென்றால், பெப்ஸியின் பக்கம் வரவேண்டும்!

பிரமாதமான இந்த வாய்ப்பை முழுமையாகப் பயன்படுத்திக்கொள்ளத் தீர்மானித்தது பெப்ஸி. வழக்கம்போல், அட்டகாசமான விளம்பரங்களுடன் களம் இறங்கினார்கள்!

15. இரட்டைப் போட்டி

அந்தப் பெரியவர் பெயர் வில்பர், பெஞ்ச் ஒன்றில் அமர்ந்து கோக-கோலா குடித்துக்கொண்டிருக்கிறார்.

வில்பருக்குப் பக்கத்தில், அவருடைய இரண்டு நண்பர்கள், அவர்களும் நன்றாக வயது முதிர்ந்தவர்கள்தான்.

பிறந்ததுமுதல், கோக-கோலாவைக் குடித்து வளர்ந்தவர் வில்பர். கையில் ஒரு பாட்டில் கோக் இருந்துவிட்டால், சொர்க்கமே பூமிக்கு வந்துவிட்டதுபோல் உணர்கிற பரம ரசிகர்.

ஆனால் இன்றைக்கு, அவர் முகத்தில் சிரிப்பு இல்லை. கோக-கோலாவைக் குடிக்கக் குடிக்க இன்னும் சோகமாகிறார்.

'என்னாச்சு?' நண்பர்கள் விசாரிக்கிறார்கள்.

'என்னோட கோக-கோலாவை மாத்திட்டாங்க' வருத்தத்துடன் சொல்கிறார் வில்பர்.

'ஏன்? அதில என்ன குறை?'

'தெரியலையே' வில்பரின் வருத்தம் குறையவில்லை, 'இவ்ளோ நாளா நான் கோக-கோலா தவிர வேற எதையும்

குடிச்சதில்லை, ஆனா அவங்க, என்கிட்ட சொல்லாமலேயே அதை மாத்திட்டாங்க, ஏன்? என்ன காரணம்?'

'இதுதான் காரணம்' என்று சொல்லும் நண்பர், வில்பர் கையில் ஒரு பெப்ஸியைக் கொடுக்கிறார். குழப்பத்துடன் அதை வாங்கிக் குடிக்கிறார் வில்பர்.

இப்போது, வில்பர் முகத்தில் ஒரு சின்னச் சிரிப்பு, அவருடைய குழப்பத்துக்கு விடை தெரிந்துவிட்டது, கோக-கோலாவின் ஃபார்முலா மாற்றத்துக்குக் காரணம், பெப்ஸிதான்!

மிக எளிமையான, நேரடியான இந்த 'வில்பர்' விளம்பரம், ஒரு சின்ன உதாரணம் மட்டுமே. இப்படி இன்னும் பல கவித்துவமான விளம்பரங்களின்மூலம் கோக-கோலாவின் ஃபார்முலா மாற்றத்தால் கடுப்பாகியிருந்த அதன் ரசிகர்களைத் தன்பக்கம் இழுக்க முயன்றது பெப்ஸி.

ஏற்கெனவே, இந்த விஷயத்தில் செய்தித் தாள்கள், பத்திரிகைகள், தொலைக்காட்சிகள், வானொலிகளின் முழு ஆதரவு பெப்ஸிக்குக் கிடைத்துவிட்டது, 'பெப்ஸியைப் பார்த்துதான் கோக-கோலா சூடு போட்டுக்கொண்டிருக்கிறது' என்று அவர்கள் தீர்மானமாக அறிவித்துவிட்டார்கள்.

ஆனால், கோக-கோலா ரசிகர்கள் அத்தனை சுலபத்தில் பெப்ஸிக்குத் தாவப்போவதில்லை, இப்படி விளம்பரங்கள், புதிய சலுகைகளின்மூலம் அவர்களைக் கவர்ந்து இழுக்கவேண்டும் என்று தீர்மானித்திருந்தது பெப்ஸி நிர்வாகம்.

இதற்கு அவர்கள் பயன்படுத்திய ஆயுதம், பரிதாப உணர்வு!

அதாவது, 'கோக் ரசிகர்களே, நீங்கல்லாம் இவ்ளோ நாளா கோக-கோலாவுக்கு ரொம்ப விசுவாசமா இருந்தீங்க, ஆனா, அவங்க உங்க உணர்ச்சிகளைக் கொஞ்சம்கூட மதிக்காம ஃபார்முலாவை மாத்திட்டாங்க, நீங்க ரொம்பப் பாவம்!'

ஆடு, மழை, ஓநாய் ஞாபகம் வருகிறதா? நிஜம்தான். ஆனால் பெப்ஸியின் இந்த 'உச்சுக்கொட்டடல்' விளம்பர உத்திக்கு அப்போது பிரமாதமான பலன் கிடைத்தது.

இன்னொருபக்கம், கோக-கோலா நிர்வாகமும் ஓவர் டைம் எடுத்துச் சொதப்பிக்கொண்டிருந்தது. 'யார் என்ன சொன்னாலும் பழைய கோக் ஃபார்முலாவைத் திரும்பக் கொண்டுவர வாய்ப்பே இல்லை' என்று அறிவித்துவிட்டார்கள்.

அவ்வளவுதான். அதுவரை சும்மா கோபப்பட்டுக்கொண்டிருந்த அமெரிக்கர்கள், இப்போது மொத்தமாகக் கொதித்துப்போய் விட்டார்கள்.

அவர்களைப் பொறுத்தவரை, சொந்த நாடு, சொந்த மாநிலம், சொந்த ஊர், தாய்மொழி, மதம், உயரம், நிறம்போல, கோக-கோலாவும் ஓர் அடையாளம், அமெரிக்க அடையாளம், மாறமுடியாத அடையாளம்.

இப்போது, அந்த அடையாளம் திடீரென்று பறிக்கப்பட்டுவிட்டது. இந்தத் திடீர் இழப்பைப் பெரும்பாலான மக்களால் தாங்கிக்கொள்ளமுடியவில்லை. கோக-கோலாவின் ஃபார்முலா மாற்றத்தை அவர்கள் மிகத் தீவிரமாக எதிர்த்தார்கள்.

இதையடுத்து, நாடுமுழுவதும் புதிய கோக-கோலாவுக்கு எதிரான அதிர்வலைகள் தொடங்கின. மக்களின் எதிர்ப்பு, மீண்டும் பழைய கோக-கோலா திரும்ப வரவேண்டும் என்கிற எதிர்பார்ப்பையெல்லாம் பத்திரிகைகள் அழுத்தமாகப் பதிவு செய்தன.

அதுமட்டுமில்லை. தினந்தோறும் கோக-கோலா நிறுவனத்துக்கு ஏகப்பட்ட தொலைபேசி அழைப்புகள், கடிதங்கள். மக்கள் தங்களுடைய கோபத்தை, வருத்தத்தை, வேதனையைப் பலவிதமாக வெளிப்படுத்தியிருந்தார்கள்.

இந்தச் சூழ்நிலையை பெப்ஸி பிரமாதமாகப் பயன்படுத்திக் கொண்டது. தங்களுடைய விளம்பரங்களில் கோக-கோலாவின் மாற்றத்தைச் செமத்தியாகக் கேலி செய்தார்கள், 'ஏன் அநாவசியமாகக் கஷ்டப்படுகிறீர்கள்? பேசாமல் பெப்ஸிக்கு மாறிவிடுங்கள்' என்று தீவிரப் பிரசாரம் நடந்தது.

மக்கள் பெப்ஸிக்கு மாறினார்களோ இல்லையோ, புதிய கோக-கோலாவை வாங்கவில்லை. அதற்கான இலவசக் கூப்பன்களைக்கூடச் சீண்டுவதற்கு யாரும் இல்லை. எல்லோர் மத்தியிலும் அதற்கு ஒரு 'வில்லன்' இமேஜ் கிடைத்திருந்தது. பல கோக-கோலாப் பிரியர்கள், 'பெப்ஸிக்குத் தாவப்போகிறோம்' என்று பயமுறுத்தினார்கள்.

கோக-கோலா நிர்வாகிகளுக்கு எதுவும் புரியவில்லை. அவர்களைப் பொறுத்தவரை, இந்த ஃபார்முலா மாற்றத்தைத் தூண்டியவர்களே அமெரிக்க மக்கள்தான். பெப்ஸியை மக்கள் ரசிக்கிறார்கள் என்று அதேபோல் ஒரு பானத்தைக் கொண்டுவந்தால், எங்களுக்குப் பழைய கோக-கோலாதான் வேண்டும் என்று திருப்பியடிக்கிறார்கள்.

அடப் படுபாவிகளா, இந்தப் பழைய பானத்தைத்தானே இத்தனை நாள்களாக வேண்டாம் என்று சொல்லிக்கொண்டிருந்தீர்கள்? 'பெப்ஸி சவால்' போட்டிகளில் திரும்பத் திரும்ப இந்தக் கோக-கோலாவைத்தானே நிராகரித்தீர்கள்? இப்போது ஏன் மீண்டும் அதேதான் வேண்டும் என்று பிடிவாதம் பிடிக்கிறீர்கள்?

கோக-கோலா நிறுவனத்தால் இப்படி நேரடியாகக் கேட்க முடியவில்லையே தவிர, உள்ளுக்குள் எல்லோரும் இப்படித்தான் புலம்பிக்கொண்டிருந்தார்கள். நாளுக்கு நாள் மக்களின் கோபக் கடிதங்கள், தொலைபேசி அழைப்புகளின் எண்ணிக்கை அதிகரிப்பதையும், கோக-கோலா விற்பனை குறைவதையும் பார்த்துக்கொண்டு அவர்களால் சும்மா இருக்கமுடியவில்லை.

சுமார் பத்து வாரப் பிடிவாதத்துக்குப் பிறகு, கோக-கோலா நிறுவனம் இறங்கிவந்தது. 'மக்களே, நீங்கள்தான் உண்மையான எஜமானர்கள் என்பதை நாங்கள் ஏற்றுக்கொள்கிறோம். எங்களை மன்னித்துவிடுங்கள், பழைய கோக-கோலாவை மீண்டும் திரும்பக் கொண்டுவருகிறோம்' என்று ஓர் அறிக்கை வெளியானது.

பழைய ஃபார்முலாவைத் திரும்பக் கொண்டுவந்துவிட்டாலும், கோக-கோலா நிறுவனம் தனது புதிய பானத்தின்மீது நம்பிக்கை

இழக்கவில்லை. ஆகவே, 'புதிய கோக்' எப்போதும்போல் தொடர்ந்தது. பழைய கோக-கோலாவுக்கு, *'Coca&Cola Classic'* என்று மறு பெயர் சூட்டப்பட்டது.

பெயரா முக்கியம்? மக்கள் பழைய கோக-கோலாவின் வருகையைத் திருவிழாபோல் கொண்டாடினார்கள். அடுத்த பல நாள்களுக்குச் செய்தித் தாள்கள், பத்திரிகைகள், தொலைக்காட்சி நிகழ்ச்சிகள் அனைத்திலும் இந்தச் செய்திதான். எந்த இரண்டு அமெரிக்கர்கள் சந்தித்துக்கொண்டாலும், கோக-கோலாபற்றிதான் பேச்சு.

மூன்று மாதங்களுக்குள் நடந்து முடிந்துவிட்ட இந்த கலாட்டாவால், அமெரிக்கர்களுக்கு கோக-கோலாமீது இருந்த காதல் மீண்டும் உறுதிப்படுத்தப்பட்டது. நடுவில் பெப்ஸி, பிற குளிர்பானங்களை முயன்று பார்த்திருந்தவர்கள்கூட, கோக-கோலாவுக்கும் தங்களுக்கும் இடையில் இருக்கும் உணர்வுபூர்வமான பற்றுதலை இப்போது அடையாளம் கண்டுகொண்டார்கள்.

இதனால், சில மாதங்களுக்கு முன்புவரை இதே கோக-கோலாவைப் புறக்கணித்துக்கொண்டிருந்த அமெரிக்கா, இப்போது அதனை இரு கைகளாலும் இறுகப் பற்றிக்கொண்டது. ஏராளமானவர்கள் மீண்டும் நிறைய கோக் குடிக்க ஆரம்பித்தார்கள்.

அடுத்த சில மாதங்களில் கோக-கோலாவின் விற்பனை அதிகரித்தது. பெப்ஸியிடம் சந்தைப் பங்கை இழந்துகொண்டிருந்த கோக-கோலா, விட்டதைப் பிடித்து, மீண்டும் பழையபடி அதிவேகமாக முன்னேறத் தொடங்கியது.

இன்றைக்கும், உலகின் மிகப் பெரிய பிஸினஸ் சொதப்பல்கள் என்று ஒரு பட்டியல் போட்டால், அதில் 'புதிய கோக்'கிற்கு முக்கிய இடம் உண்டு. நூறாவது வயதை நெருங்கும் நேரத்தில் கோக-கோலா இப்படி ஒரு பிரம்மாண்டமான தவறைச் செய்திருக்கவேண்டாம்தான்.

ஆனால் அதேசமயம், நாரதர் கலகம்போல், 'புதிய கோக்' சொதப்பல் ஒருவிதத்தில் கோக-கோலாவுக்கு நன்மையாகவே முடிந்தது. அடுத்த ஆண்டு (1986) கோக-கோலாவின் நூற்றாண்டு விழா கொண்டாடப்பட்டபோது, அமெரிக்காவின் நம்பர் ஒன் குளிர்பானம் கோக்-தான் என்பது அழுத்தமாக நிரூபிக்கப்பட்டிருந்தது.

இப்போது, பெப்ஸியின் நிலைமை என்ன ஆகும்? ஒன்றுக்கு இரண்டு கோக-கோலாக்களின் போட்டியை அவர்களால் சமாளிக்கமுடியுமா?

16. தொடரும் யுத்தம்

‘புது கோக்’ களேபரமெல்லாம் முடிந்து ஒரு வருடம் கழித்து *(1986)*, பெப்ஸி நிறுவனத்தின் அப்போதைய தலைவர் ரோஜர் என்ரிகோ ஒரு புத்தகம் எழுதினார்.

‘The Other Guy Blinked’ என்று தலைப்பிடப்பட்ட இந்தப் புத்தகம், கிட்டத்தட்ட என்ரிகோவின் சுயசரிதைதான். ஆனால், அதன் மையப் பகுதி, கோக-கோலாவுக்கும் பெப்ஸிக்கும் இடையிலான ‘கோலா போர்’களைச் சிறப்பாக விவரித்திருந்தது.

இந்தப் புத்தகத்துக்கு ரோஜர் என்ரிகோ கொடுத்த துணைத் தலைப்பு *(Subtitle)*, ஒரு புதிய சர்ச்சையைத் தொடங்கிவைத்தது: *‘How Pepsi Won The Cola Wars’!*

நிஜமாகவே, கோலா போட்டியில் பெப்ஸி ஜெயித்துவிட்டதா?

இந்தக் கேள்விக்கு நேர்மையான பதில், ம்ஹூம், இல்லை, இல்லவே இல்லை.

ரோஜர் என்ரிகோவின் அந்தப் புத்தகம் வெளியாகிக் கிட்டத்தட்ட கால் நூற்றாண்டு காலம் முடியப்போகிறது,

இத்தனை ஆண்டுகளில் கோக-கோலாவின் விற்பனை, சந்தைப் பங்களிப்பு பெப்ஸிக்கு இணையாகவோ, அதைவிட ஒரு படி மேலாகவோதான் இருந்திருக்கிறது, எந்தவிதத்திலும் பெப்ஸி ஜெயித்துவிட்டதாகச் சொல்லவே முடியாது.

அப்படியானால், எந்த நம்பிக்கையில் ரோஜர் என்ரிகோ தன்னுடைய புத்தகத்துக்கு அப்படி ஒரு சர்ச்சையளிக்கும் துணைத் தலைப்பைத் தேர்ந்தெடுத்தார்?

என்ரிகோவின் புத்தகம் வெளியான காலத்தில், கோக-கோலாவின் ஃபார்முலா மாற்றத்தினால் அவர்களுக்கு ஒரு சிறிய சறுக்கல் ஏற்பட்டிருந்தது உண்மைதான். பெப்ஸி இந்த வாய்ப்பை நன்றாகப் பயன்படுத்திக்கொண்டு முன்னேறியது.

தொழில் போட்டியில், இதுபோன்ற அத்துமீறல்களெல்லாம் சாதாரணம், நாளைக்கே பெப்ஸிக்கு ஒரு பிரச்னை என்றால் நிச்சயமாக கோக-கோலா அவர்களுடைய தலைக்கு மேல் ஏறி உட்கார்ந்துகொண்டுவிடுவார்கள்.

ஆனால், 'நியூ கோக்' விஷயத்தில் பெப்ஸி செய்த ஆர்ப்பாட்டங்களை, கோக-கோலா மறக்கவும் இல்லை, மன்னிக்கவும் இல்லை. இதனால் அவர்களுக்கு ஏற்பட்ட அவமானங்களே, கோக-கோலாவுக்குப் பெரிய உந்துசக்தியாக அமைந்துவிட்டது.

தவிர, 'க்ளாசிக் கோக்' என்ற பெயரில் பழைய கோக-கோலா மீண்டும் சந்தைக்கு வந்தபோது, அமெரிக்கர்கள் அதை உற்சாகத்துடன் அள்ளிக்கொண்டார்கள். அவர்களுடைய இந்த ஆதரவு, கோக-கோலாவுக்கு மிகப் பெரிய பலமாக இருந்தது.

இப்படிப் பல காரணங்களால், கோக-கோலா முன்பைவிட அதிக வேகத்துடன் பெப்ஸியைச் சந்திக்கப் புறப்பட்டது. இந்தமுறை, அவர்கள் ஒரு புதிய ஆயுதத்துடன் வந்திருந்தார்கள்: 'மெகாபிராண்ட்'!

Brand தெரியும், அதென்ன *Megabrand?*

பெப்ஸிக்கும் கோக-கோலாவுக்கும் முட்டிக்கொள்ள ஆரம்பித்ததிலிருந்து, இந்த இரு நிறுவனங்களும் தங்களுடைய முக்கியக் குளிர்பானத்தின் விற்பனை அளவைதான் ஒப்பிட்டுக்கொண்டிருந்தார்கள். அதாவது, பெப்ஸி-கோலா விற்பனை வெர்ஸஸ் கோக-கோலா விற்பனை, அவ்வளவுதான்.

உண்மையில், இந்த இரு நிறுவனங்களுமே வேறு பல குளிர்பானங்கள், மற்ற தயாரிப்புகளையும் வெளியிட்டிருந்தன. ஆனால் அவற்றின் விற்பனை சொல்லிக்கொள்ளும்படி இல்லை, பெப்ஸிக்கும் கோக-கோலாவுக்கும் நடுவில்மட்டும் 'ஒத்தைக்கு ஒத்தை' டென்னிஸ் போட்டிதான்.

இப்போது, 'இந்த டென்னிஸ் ஆட்டம் போதும், இதே கிரவுண்டில் நாம் கிரிக்கெட் விளையாடலாம்' என்கிறது கோக-கோலா.

டென்னிஸ் என்பது, தனிநபர் ஆட்டம். ஆனால் கிரிக்கெட்டில், பல வீரர்கள் குழுவாகச் சேர்ந்து, அதேபோன்ற இன்னொரு குழுவை எதிர்க்கவேண்டும்.

அதேபோல, கோக-கோலா இனிமேல் தன்னுடைய ஒற்றை பிராண்டை வைத்துக்கொண்டு பெப்ஸியுடன் போட்டியிடாது, பல பிராண்ட்களின் கூட்டமைப்பாக, ஒரு மெகாபிராண்டாக அவர்கள் மோதுவார்கள், இந்தத் தயாரிப்புகள் எல்லாவற்றின் ஒட்டுமொத்த விற்பனையைக் கணக்குப் பார்க்கும்போது, அவர்கள் பெப்ஸியைவிடச் சில படி மேலே போய்விடுவார்கள்.

பதிலுக்கு, பெப்ஸியும் தன்னுடைய பழைய, புதிய தயாரிப்புகளை முன்னுக்குக் கொண்டுவரும். ஆனால், அவர்கள் மெகாபிராண்டாக மாற இன்னும் கொஞ்ச நாளாகும், அதற்குள் கோக-கோலா மேலும் உயரத்துக்குச் சென்றுவிடும்.

கோக-கோலாவின் 'மெகாபிராண்ட்' தந்திரத்தைப் பெப்ஸி செமத்தியாகக் கிண்டலடித்தது, 'இப்போது மார்க்கெட்டில் ஏழெட்டு கோக-கோலாக்கள் இருக்கின்றன, அதில் எதை வாங்குவது என்று குழம்புகிறீர்களா? சிம்பிள், பெப்ஸிக்கு

வந்துவிடுங்கள்' என்று தங்களுடைய விளம்பரங்களில் கேலி செய்தார்கள்.

ஆனால், இந்தத் தந்திரம் எடுபடவில்லை. 'நியூ கோக்' விஷயத்தில் சொதப்பிய கோக-கோலா, இந்தமுறை மிகக் கவனமாகச் செயல்பட்டது. பெப்ஸிக்கு இன்னொரு வாய்ப்புக் கொடுத்துவிடக்கூடாது என்று ஜாக்கிரதையாக இருந்தார்கள்.

இதற்காக, பயங்கரமாகக் குண்டடித்திருந்த கோக-கோலா நிறுவனம் அதிவேக டயட்டில் குதித்தது. தேவையில்லாத தொழில் பிரிவுகள் கழற்றிவிடப்பட்டன, அநாவசியச் செலவுகளைக் குறைத்தார்கள், அமெரிக்காவுக்கு வெளியே இருக்கிற சர்வதேச மார்க்கெட்டில் தீவிர கவனம் செலுத்த ஆரம்பித்தார்கள்.

கொஞ்சம் கொஞ்சமாக, 'நியூ கோக்' சர்ச்சை மக்கள் மனத்திலிருந்து மறைகிற நேரத்தில், கோக-கோலா நிறுவனம் பல அதிரடி மாற்றங்களுடன் பெப்ஸிக்கு ஈடுகொடுக்கத் தயாராகிவிட்டது. அந்த நிறுவனத்தின் சரித்திரத்திலேயே இல்லாத அளவுக்குப் புதுமைகள், வித்தியாசமான முயற்சிகள் செயல்படுத்தப்பட்ட காலகட்டம் இது.

இப்போது, பெப்ஸி என்ன செய்யப்போகிறது? அவர்களுடைய அடுத்த நடவடிக்கையை ஒட்டுமொத்த பிஸினஸ் உலகமும் ஆவலுடன் எதிர்பார்த்தது!

காரணம், இதுவரை கோக-கோலா தன்னுடைய 'நம்பர் 1' பலத்தில் காலை ஆட்டிக்கொண்டு ஈஸி சேரில் சும்மா உட்கார்ந்திருந்தது. அந்த நேரத்தில் பெப்ஸி ஜல்லிக்கட்டுக் காளைபோல மார்க்கெட்டில் துள்ளிக் குதித்துக் கவனத்தை ஈர்த்துவிட்டது, சோம்பல் பயில்வான் கோக-கோலாவுக்கு நல்ல போட்டியைக் கொடுத்தது.

ஆனால் இப்போது, கோக-கோலாவும் தன்னை முற்றிலுமாகப் புதுப்பித்துக்கொண்டு களத்தில் குதித்திருக்கிறது. இனிமேல் அவர்களை மிஞ்சும்படியாக பெப்ஸி ஏதாவது புதுசாகச்

செய்யவேண்டும், இல்லாவிட்டால் பழைய பெருமை + புதிய வேகம் என்கிற கோக-கோலா ஃபார்முலாவைப் பெப்ஸியால் தோற்கடிக்கவேமுடியாது.

ஒருபக்கம் கோக-கோலா பிராண்ட் பலத்தை வலுப்படுத்திக்கொண்டிருந்த நேரத்தில், பெப்ஸியும் தன்னுடைய விரிவாக்கப் பணிகளில் கவனம் செலுத்த ஆரம்பித்தது. அமெரிக்காவில் மட்டுமின்றி, சீனா, சோவியத் யூனியன், இந்தியா உள்ளிட்ட வெளிநாடுகளிலும் அழுத்தமாகக் கால் பதித்தார்கள்.

குறிப்பாக, இந்தியாவில் பெப்ஸிக்கு ஓர் அபூர்வமான வளர்ச்சி வாய்ப்புக் கிடைத்தது. காரணம், இங்கே அவர்களைத் தொந்தரவு செய்வதற்கு கோக-கோலாவின் போட்டி இல்லை.

பல ஆண்டுகளுக்குமுன்னால், கோக-கோலா இந்தியாவில் சக்கைப்போடு போட்டுக்கொண்டிருந்தது. ஆனால், அப்போதைய இந்திய அரசாங்கம் அவர்களுடைய ஃபார்முலாவை வெளிப்படுத்தச் சொல்லிக் கையை முறுக்கியதால், 'உன் சகவாசமே வேண்டாம் போ' என்று வெளியேறிவிட்டார்கள்.

ஆனால் இந்தமுறை, பெப்ஸிக்கு அந்தப் பிரச்னையே இல்லை. லோக்கல் கம்பெனிகள் சிலவற்றுடன் கைகோத்துக்கொண்டு களம் இறங்கியதால், 'லெஹர் பெப்ஸி' என்கிற உள்ளூர்ப் பெயருடன் மார்க்கெட்டை வளைத்துப்போட ஆரம்பித்தார்கள்.

சில வருடங்கள் கழித்து, நரசிம்மராவ் ஆட்சியில் இந்தியாவின் பொருளாதாரக் கொள்கைகளில் பல மாற்றங்கள் அறிமுகப்படுத்தப்பட்டன. இதையடுத்து, கோக-கோலா உள்ளிட்ட பல வெளிநாட்டு நிறுவனங்கள் மீண்டும் இந்திய மார்க்கெட்டில் நுழைந்தன.

கிட்டத்தட்ட இதே நேரத்தில், பெப்ஸியும் தன்னுடைய உள்ளூர்க் கூட்டாளிகளை விலைக்கு வாங்கிவிட்டது. 'லெஹர்'ஐக் கழற்றிவிட்டு, வெறும் 'பெப்ஸி' என்கிற வழக்கமான பெயரில்

கோக-கோலாவுக்குக் கடும் போட்டி கொடுக்க ஆரம்பித்தார்கள்.

இந்தியாவின் பெரும்பாலான பகுதிகளின் வருடத்துக்கு எட்டு மாதம் வெயில் கொளுத்தும், ஆகவே இங்கே குளிர்பானங்களுக்கான சந்தை மிக மிகப் பெரியது.

பெப்ஸியும் கோக-கோலாவும் இந்திய மார்க்கெட்டைத் தீவிரமாக ஆக்கிரமிப்பதற்குமுன்னால், இங்கே ஏகப்பட்ட உள்ளூர்க் குளிர்பானங்கள் இருந்தன. ஆனால், இவர்கள் இருவரும் ஏட்டிக்குப் போட்டியாக மோதி விளையாட ஆரம்பித்தபிறகு நிலைமை மாறிவிட்டது - இவர்களுடைய பண பலத்துக்கு முன்னால் லோக்கல் கம்பெனிகளால் தாக்குப்பிடிக்கமுடியவில்லை.

இதனால், பெரும்பாலான இந்தியக் குளிர்பான நிறுவனங்கள் நொடித்துப்போனார்கள், இல்லாவிட்டால், பெப்ஸியோ கோக-கோலாவோ இந்த நிறுவனங்களை விலைக்கு வாங்கித் தன்னுடன் இணைத்துக்கொண்டன, மிஞ்சிய சில நிறுவனங்களும் ஒன்றிரண்டு மாவட்டங்கள் அல்லது மாநிலங்கள் என்கிற அளவில் தங்களது விற்பனை எல்லைகளைச் சுருக்கிக்கொள்ளவேண்டியிருந்தது.

கடந்த பத்து ஆண்டுகளுக்கும் மேலாக, இந்தியாவில் விற்பனை யாகும் குளிர்பானங்களில் தொண்ணூறு சதவிகிதத்துக்குமேல் பெப்ஸி அல்லது கோக-கோலா தயாரிப்புகள்தான். மிச்சமிருக்கும் கொஞ்சூண்டு மார்க்கெட்டைதான் மற்ற நிறுவனங்கள் எல்லாம் பகிர்ந்துகொள்ளவேண்டியிருக்கிறது.

இந்தியாவில் மட்டுமில்லை, உலகம் முழுக்க இதுதான் நிலைமை. பெப்ஸி, கோக-கோலா போட்டியில் நடுவே புகுந்து சாதிக்கக்கூடிய இன்னொரு நிறுவனம் இதுவரை உருவாகவில்லை - ரிச்சர்ட் ப்ரான்ஸன் மாதிரியான பெரிய பிஸினஸ் புள்ளிகள்கூட இதற்கு முயற்சி செய்து செமத்தியாக மூக்கு உடைந்திருக்கிறார்கள்.

அது சரி, கோக-கோலாவின் 'மெகா பிராண்ட்' சவால் என்ன

ஆச்சு? இந்த இருபது ஆண்டுகளில் பெப்ஸியால் அவர்களை மிஞ்சமுடிந்ததா? இல்லையா?

இந்தக் கேள்விக்கு 'ஆமாம்' என்றும் பதில் சொல்லலாம், 'இல்லை' என்றும் சொல்லலாம், ஒருவிதத்தில் இரண்டுமே சரிதான்.

காரணம், கோக-கோலா தன்னுடன் புதிய பிராண்ட்களை இணைத்துக்கொண்டு ஒரு பெரிய அணியாக பெப்ஸியை எதிர்க்கத் தொடங்கியபோது, இவர்களும் அதற்குக் கொஞ்சம்கூடச் சளைத்துவிடவில்லை. பெப்ஸியும் அதற்கு ஈடுகொடுத்து ஒரு பெரிய, வலுவான பிராண்ட் குடும்பத்தை உருவாக்கியது.

சொல்லப்போனால், கோக-கோலா குளிர்பானங்களில் மட்டும் கவனம் செலுத்திக்கொண்டிருந்தபோது, பெப்ஸி அதற்கு வெளியிலும் தனது பிஸினஸ் முயற்சிகளைத் தொடர்ந்தது. ஏற்கெனவே லே'ஸ் சிப்ஸ், ஸ்னாக்ஸ் நிறுவனம், பிட்ஸா ஹட் *(Pizza Hut)*, டேகோ பெல் *(Taco Bell)* போன்றவற்றை வளைத்துப்போட்டிருந்தவர்கள், அதன்பிறகு கே.எஃப்.சி.*(KFC: Kentucky Fried Chicken)* போன்ற வேறு சில பிராண்ட்களின் உணவகங்களையும் தங்கள் கட்டுப்பாட்டில் கொண்டுவந்தார்கள். இதனால், கோலா போட்டி இன்னும் சுவாரஸ்யமானது.

அதேசமயம், பெப்ஸி இப்படிப் பல உணவகங்களைச் சொந்தமாக ஏற்று நடத்தியதால், சில புதிய பிரச்னைகளும் முளைத்தன.

அமெரிக்காவில் பெரும்பாலான உணவகங்கள், 'ஃபாஸ்ட் ஃபுட்' எனப்படும் விரைவு உணவு வகையைச் சேர்ந்தவைதான். இங்கே வருகிற வாடிக்கையாளர்கள் சாப்பாட்டுடன் தண்ணீருக்குப் பதிலாக பெப்ஸி அல்லது கோக-கோலா குடிப்பதுதான் வழக்கம்.

இதனால், பெப்ஸிக்கும் சரி, கோக-கோலாவுக்கும் சரி, இந்த உணவகங்கள் ஒரு மிகப் பெரிய மார்க்கெட் - ஒவ்வொரு

நாளும், அவர்கள் பெரிதாக எந்த முயற்சியும் எடுக்காமலேயே அவர்களுடைய குளிர்பானங்கள் இங்கே லட்சக்கணக்கில் விற்பனையாவது நிச்சயம்.

இந்த நிலைமையில், உலகம்முழுக்க பெப்ஸி தன்னுடைய சொந்த உணவகங்களை நடத்தினால் என்ன ஆகும்? மற்ற உணவக உரிமையாளர்கள் பெப்ஸியைத் தங்களுக்கு நேரடிப் போட்டியாக நினைக்கத் தொடங்கினார்கள், 'நாங்கள் ஏன் உங்களிடம் பெப்ஸி வாங்கவேண்டும்?' என்று கேள்வி கேட்க ஆரம்பித்தார்கள்.

பின்னே? நாங்கள் பெப்ஸியை நிறைய வாங்கி ஆதரித்தால், அந்த லாபத்தில் நீங்கள் இன்னும் நிறைய ஃபாஸ்ட் ஃபுட் கடைகளைத் திறப்பீர்கள், எங்களுக்கு மேலும் போட்டி அதிகமாகும், விற்பனை குறையும், லாபம் குறையும், இப்படி நீங்கள் எங்களுடைய காசை வைத்து எங்கள் கண்ணையே குத்துவது நியாயமா?

இப்படி யோசித்த பல உணவகங்கள், பெப்ஸியைக் கைவிட்டுக் கோக-கோலாவின் பக்கம் சரிய ஆரம்பித்தார்கள். இதனால் பெப்ஸியின் விற்பனையில் பெரிய துண்டு விழுந்தது.

நிலைமையைப் புரிந்துகொண்ட பெப்ஸி, அவசரமாகத் தன்னுடைய உணவகங்களைத் தனி நிறுவனமாகப் பிரித்துவிட்டது - 1997ம் ஆண்டு உருவாக்கப்பட்ட இந்த நிறுவனத்தின் பெயர், 'ட்ரைகான் ரெஸ்டாரன்ட்ஸ்' (*Tricon Global Restaurants Inc.,*).

அதன்பிறகு, பெப்ஸியின் குளிர்பானப் பிரிவு, ஸ்னாக்ஸ் எனப்படும் தின்பண்டத் தயாரிப்புப் பிரிவு, உணவகங்கள் எல்லாமே நல்ல முன்னேற்றம் கண்டிருக்கின்றன. இன்றைக்கும் பெப்ஸி தனது இளமை அடையாளத்தைத் தக்கவைத்துக்கொண்டு வருடத்துக்கு வருடம் பெரிதாக வளர்ந்துகொண்டிருக்கிறது.

ஆனால் அதேசமயம், உலகத்தின் பெரும்பாலான நாடுகள், நகரங்களில் இன்றைக்கும் கோக-கோலாதான் தனது முதல்

இடத்தைத் தக்கவைத்துக்கொண்டிருக்கிறது. அதோடு தோளுக்குத் தோள் நின்று போட்டியிட்டாலும், பெப்ஸியால் அந்த 'நம்பர் 1' இடத்தைப் பெறவோ, தக்கவைத்துக்கொள்ளவோ முடியவில்லை.

இதனால், பெப்ஸிக்கு அந்த நிறைவேறாத கனவை நிஜமாக்கிக்கொள்ளும் ஆசை, கோக-கோலாவுக்குத் தனது முதல் இடத்தை எப்போதும் தவறவிடக்கூடாது என்கிற துடிப்பு, இரு நிறுவனங்களும் வெவ்வேறு உத்திகளுடன் கடுமையாக மோதிக்கொண்டிருக்கின்றன. போட்டி நாளுக்கு நாள் பலமாகிக்கொண்டிருக்கிறது.

அதேசமயம், இன்னொருவிதமாகப் பார்க்கிறபோது, பெப்ஸி, கோக-கோலா இரண்டு நிறுவனங்களுமே, ஒருவருக்கு ஒருவர் மறைமுகமாக உதவிக்கொண்டிருக்கிறார்கள் என்பதும் உண்மை.

நம்புவதற்குக் கஷ்டமாக இருக்கிறதா? இந்தக் கோணத்திலிருந்து கொஞ்சம் யோசித்துப் பாருங்கள் - ஒருவேளை, பெப்ஸி இல்லாவிட்டால், கோக-கோலா என்ன ஆகியிருக்கும்? கோக-கோலா இல்லாவிட்டால், பெப்ஸி என்ன ஆகியிருக்கும்?

இந்த இரண்டு நிறுவனங்களுக்கும் இடையே உள்ள போட்டியால், உலகம்முழுக்க கோலா மார்க்கெட் கணிசமாக அதிகரித்திருக்கிறது, இன்னும் அதிகரித்துக்கொண்டிருக்கிறது.

உதாரணமாக, ஒரு நகரத்தில் நூறு பேர் கோலா குடிக்கிறார்கள், அதில் 45 பேர் பெப்ஸி, 55 பேர் கோக-கோலா என்று வைத்துக்கொள்வோம்.

இப்போது, பெப்ஸியும் கோக-கோலாவும் பல்வேறு விளம்பரங்கள், சலுகைகள், மற்ற உத்திகளின் மூலம் சந்தையில் தொடர்ந்து ஜெயிக்கப் பார்க்கிறார்கள், தங்களுடைய பானங்களின் விற்பனை அளவை அதிகரிக்க முயற்சி செய்கிறார்கள்.

அதேசமயம், பெப்ஸி, கோக-கோலாவின் வாடிக்கையாளர்களைக்

கவர்ந்து இழுப்பது சிரமம், இதேபோல் கோக-கோலா பெப்ஸி பிரியர்களைக் கட்சிமாறவைப்பதும் ரொம்பக் கஷ்டம்.

ஆகவே, இந்த இரு நிறுவனங்களுமே அதுவரை கோலா குடிக்காத மற்ற வாடிக்கையாளர்களைக் குறிவைக்கின்றன. அல்லது முன்பு ஒரு பாட்டில் குடித்துக்கொண்டிருந்தவரை, இப்போது இரண்டு பாட்டில் குடிக்கவைக்க முயற்சி செய்கின்றன.

இதனால், ஆறு மாதம் கழித்துக் கணக்குப் பார்த்தால், அந்த ஊரில் தினமும் இருநூறு பாட்டில் கோலா விற்பனையாகிறது - பெப்ஸிக்கு 90, கோக-கோலாவுக்கு 110.

கணக்குப் பார்த்தால், பெப்ஸியின் மார்க்கெட் பங்கு 45%தான், கோக-கோலாவின் பங்கு 55%தான், அதில் எந்த மாற்றமும் ஏற்படவில்லை.

ஆனால், முன்பு ஒரு நாளைக்கு நூறு பாட்டில் கோலா விற்றுக்கொண்டிருந்த இடத்தில், இப்போது இருநூறு பாட்டில் விற்கிறது - சந்தை இருமடங்காகப் பெருகியிருக்கிறது.

இந்தச் ‘சின்ன’ கணக்கு, உலகம்முழுக்கப் பிரம்மாண்டமான அளவில் நடந்துகொண்டிருக்கிறது. தொடரும் இந்த யுத்தத்தால் பெப்ஸி, கோக-கோலா இரண்டுமே பலன் பெறுகின்றன, கோலா மார்க்கெட்டை இன்னும் பெரிதாக வீங்கவைக்கின்றன.

ஒருவேளை, பெப்ஸி என்கிற மிகப் பெரிய போட்டியாளர் வந்திருக்காவிட்டால், கோக-கோலா வழக்கம்போல் ஈஸி சேரில் ரிலாக்ஸாக உட்கார்ந்துகொண்டு, ‘கோக் விற்றவரை லாபம்’ என்று ஓய்வு எடுத்திருக்கும். அதற்கு வாய்ப்புத் தராமல், அவர்களைச் சுறுசுறுப்பாக்கி விரட்டியது பெப்ஸியின் போட்டிதான்.

இதேபோல், கோக-கோலாவை ஜெயிக்கவேண்டும் என்கிற ஒரே சிந்தனைதான் பெப்ஸியை இத்தனை வருடமாகச் செலுத்திக்கொண்டிருக்கிறது. இந்த உந்துசக்தி இருந்திருக்கா விட்டால், அவர்களும் இத்தனை பெரிதாக வளர்ந்திருப்பார்களா என்பது சந்தேகம்தான்.

இன்னொரு விஷயம், கடந்த நூறு ஆண்டுகளுக்கும் மேலாக, இந்த இரு நிறுவனங்களும் உலக விளம்பரத்துறையைக் கணிசமான அளவு முன்னே கொண்டுசென்றிருக்கின்றன. விளம்பரங்களின்மூலம் எதையும் விற்றுவிடலாம் என்கிற மனப்போக்கு இன்றைக்கு இந்த அளவு பரவலாகியிருக்கிறது என்றால், அதற்கு பெப்ஸியும் கோக-கோலாவும் ஒரு முக்கியமான காரணம்.

இந்த விஷயத்தில் பெப்ஸி கோக-கோலாவைவிட ஒரு படி மேலே நின்றாலும், அவர்களால் இன்னும் அந்தக் கடைசி இலக்கை எட்டிப்பிடிக்கமுடியவில்லை. இப்போதும் விற்பனை, சந்தை ஆதிக்கத்தில் கோக-கோலாதான் முன்னணியில் இருக்கிறது.

இதுவரையிலான பெப்ஸி சரித்திரத்தைப் புரட்டிப் பார்க்கிறபோது, அவர்களுக்கு ‘நம்பர் 2’ இடம் நன்றாகப் பழகிவிட்டது புரிகிறது. ஆனால் அதேசமயம், ‘நாம் அங்கே நிரந்தரமாக இருக்கப்போவதில்லை, நம்மால் கோக-கோலாவை ஜெயிக்கமுடியும்’ என்கிற நம்பிக்கைதான், பல தலைமுறை பெப்ஸி தலைவர்கள், நிர்வாகிகளைச் செலுத்திக்கொண்டிருக்கிறது.

பெப்ஸி விஷயத்தில் இந்தியர்களுக்கு ஒரு தனிப்பட்ட மகிழ்ச்சி, அதன் முக்கியத் தலைவர்களில் ஒருவராகக் குறிப்பிடக்கூடிய இந்திரா நூயி இங்கு இந்தியாவில் படித்து வளர்ந்தவர், தமிழர்!

மைக்ரோசாஃப்ட் நிறுவனர் பில் கேட்ஸும் இந்திரா நூயியும் ஒரே தேதியில் (அக்டோபர் 28) பிறந்தவர்கள். பெப்ஸிகோ தலைவராக இயங்கி உலகப் புகழ் பெற்ற இந்திரா நூயி சர்வதேச அளவில் மிக முக்கியமான பெண் தலைவர்களில் ஒருவராக மதிக்கப்படுகிறார்.

இந்திராவின் சொந்த ஊர் நம் சென்னைதான். இங்கே மெட்ராஸ் கிறித்துவக் கல்லூரி (MCC)யில் படித்தவர், அதன்பிறகு கொல்கத்தாவில் உள்ள IIM கல்லூரியில் மேலாண்மை

உயர்படிப்புக்காகச் சேர்ந்தார். அப்போது அந்த வகுப்பிலேயே மிக இளையவர் இந்திராதான்.

இதில் வேடிக்கையான விஷயம் என்னவென்றால், 1974 – 76 ஆண்டுகளில் இந்திரா கொல்கத்தா IIMல் படித்துக்கொண்டிருந்தபோது, அவருடைய சக மாணவர்கள், ஆசிரியர்கள் என்று எல்லோருமே அவரை ஒரு சராசரி மாணவியாகத்தான் நினைத்திருக்கிறார்கள். 'பின்னாள்களில் அவர் என்னவெல்லாம் சாதிக்கப்போகிறார் என்பதற்கான அடையாளங்கள் அப்போது தென்படவே இல்லை' என்று அவர்கள் இப்போது ஆச்சர்யத்தோடு பத்திரிகைகளுக்குப் பேட்டி கொடுக்கிறார்கள்.

கல்லூரியில் படித்த காலத்திலிருந்தே, இந்திராவுக்கு சந்தைப்படுத்துதல் / மார்க்கெட்டிங் தொடர்பான பாடங்களில் மிகுந்த ஆர்வம் இருந்தது. அவருடைய வகுப்பில் மற்றவர்கள் எல்லோரும் பொறியியல் முதலான பெரிய படிப்புகளைப் படித்துவிட்டு வந்திருந்தார்கள். ஆகவே, அவர்களுடன் போட்டியிட்டு ஜெயிக்க, இவர் கூடுதலாக உழைக்கவேண்டியிருந்தது.

ஒருவருக்குக் கடின உழைப்புமட்டும் பழகிவிட்டால், அதன்பிறகு எந்த உயரத்தையும் அடைவது சிரமமாக இருக்காது. இந்திராவின் வளர்ச்சியில் இதற்கான உதாரணங்களை நிறையவே பார்க்கமுடியும்.

மேலாண்மைப் படிப்பை முடித்துவிட்டுச் சிறிது காலம் இந்தியாவில் பணியாற்றியபோது, பல பிரச்னைகளைச் சந்தித்தார் இந்திரா. பெண்கள் அதிகம் வேலைக்குச் செல்லாத அன்றைய சூழலில், அனுபவம் அதிகமில்லாத ஒருவர் தைரியமாகச் செயல்படுவதற்குப் பல மனத்தடைகள் இருந்தன.

1978ம் ஆண்டு, இந்திரா மேற்படிப்புக்காக அமெரிக்கா சென்றார். இதற்காக, யேல் (Yale) பல்கலைக்கழகத்தின் உதவித்தொகை அவருக்குக் கிடைத்திருந்தாலும், கூடுதல் செலவுகளைச்

சமாளிப்பதற்காக அவர் வேலை செய்துகொண்டே படிக்கவேண்டியிருந்தது.

யேல் பல்கலைக்கழகத்தின் மேலாண்மைப் பட்டம் பெற்றபிறகு, *Boston Consulting Group (BCG), Motorola, Asea Brown Boveri* போன்ற நிறுவனங்களில் பணிபுரிந்த இந்திரா, 1994ம் ஆண்டு பெப்ஸிகோ நிறுவனத்தில் இணைந்தார். அடுத்த ஐந்தாண்டுகளில் அந்நிறுவனம் அடைந்த முக்கியமான வளர்ச்சிகளில் இந்திராவுக்குக் குறிப்பிடத்தக்க பங்கு உண்டு.

இதற்குச் சாட்சியமாக, 'பெப்ஸிகோ'வில் இணைந்து ஏழே ஆண்டுகளுக்குள், அந்நிறுவனத்தின் தலைவராக உயர்ந்தார் இந்திரா நூயி. ஐந்து ஆண்டுகளுக்குப்பிறகு, 2006ம் ஆண்டு பெப்ஸிகோ செயல்தலைவராக(CEO)வும், 2007ல் அதன் 'சேர்மன்'ஆகவும் பொறுப்பேற்றுக்கொண்டார்.

இந்தக் காலகட்டத்தில், வேறொரு முக்கியமான கௌரவமும் இந்திராவுக்குக் கிடைத்தது - புகழ் பெற்ற ஃபார்ச்சூன் *(Fortune)* இதழ், அமெரிக்காவின் மிகச் சக்தி வாய்ந்த பெண்கள் *(Most Powerful Women)* பட்டியலில், இந்திரா நூயியை முதலாவதாகத் தேர்ந்தெடுத்து கௌரவப்படுத்தியது,

இந்திரா நூயி தலைமையில், பெப்ஸிகோ கணிசமான வளர்ச்சி கண்டிருக்கிறது. விற்பனை, லாபம் இரண்டிலும் நல்ல முன்னேற்றத்தைக் கொண்டுவந்திருப்பதுடன், கோலா நிறுவனங்கள்மீது மக்களுக்கு இருக்கும் ஒருவிதமான ஆரோக்கியமற்ற பிம்பத்தை மாற்றுகிற முயற்சியிலும் இந்திரா குறிப்பிடத்தக்க வெற்றி கண்டிருக்கிறார்.

ஒருகாலத்தில், கோக-கோலாவிலும், பெப்ஸியிலும் 'அமெரிக்க வெள்ளை ஆண்'கள்மட்டும்தான் தனிக்காட்டு ராஜ்ஜியம் நடத்திக்கொண்டிருந்ததாக ஒரு குற்றச்சாட்டு உண்டு. இந்த இரு நிறுவனங்களிலும் கறுப்பினத்தவர், மற்ற நாடுகளைச் சேர்ந்தவர்கள், பெண்களுக்கு முக்கியத்துவம் குறைவாகவே இருந்துவந்தது.

கடந்த சில பத்தாண்டுகளில், அந்த நிலைமை பெரிதும் மாறியிருக்கிறது. ஓர் இந்தியப் பெண் பெப்ஸிகோவின் தலைவராக இயங்கிவரும் சூழல் ஏற்பட்டிருப்பது பெரிய முன்னேற்றம்தான்.

பின்னிணைப்பு – 1

பெப்ஸிகோ நிறுவனத்தின் பிரபலமான சில தயாரிப்புகள்

- *Pepsi*
- *7up*
- *Slice*
- *Diet Pepsi*
- *Mountain Dew*
- *Aquafina (Bottled Water)*
- *Tropicana (Juice Products)*
- *Lay's (Chips)*
- *Kurkure (Snacks)*
- *Quaker (Oats)*
- *Cheetos (Snacks)*
- *Fritos (Snacks)*

பின்னிணைப்பு – 2

நன்றி:
நண்பர் கணேஷ் சந்திராவுக்கு

ஆதாரங்கள்:

நூல்கள்:

- *Pepsi-Cola 100 Years - Bob Stoddard - General Publishing Group - 1997*
- *The Other Guy Blinked: How Pepsi Won The Cola Wars - Roger Enrico, Jesse Kornbluth - Bantom Books- 1986*
- *The Cola Wars - J C Louis, Harvey Z Yazijian - Everest House - 1980*

ஆவணப் படங்கள்:

- *Burp!: Pepsi V Coke in the Ice Cold War - John Pilger - 1982*
- *The Cola Conquest - Irene Lilienheim Angelico - 1998*
- *Coke Vs Pepsi: A Duel Between The Giants - Nicolas Gli-mois, Christophe Weber - 2002*

கட்டுரைகள்:

- *Business: Controversies - Time - 1930*
- *India: Soft Drinks, Hard Cases - Vandana Shiva - The Water Dossier - 2005*
- *Pepsi Lady - T. R. Vivek - Outlook - 2006*
- *The Pepsi Challenge - Betsy Morris - Fortune - 2008*
- *Opening Old Doors - Naren Karunakaran - Outlook Business - 2009*
- *Guth v. Loft: The Story of Pepsi-Cola and the Corporate Opportunity Doctrine - Jennifer Ying - University of Pennsylvania Law School - 2009*

இணையதளங்கள்:

- *http://www.pepsi.com/*
- *http://www.pepsico.com/*
- *http://www.fritolay.com/*
- *http://www.helium.com/items/423857-the-history-of-pepsi-cola*
- *http://www.helium.com/items/916442-the-history-of-pepsi-cola*
- *http://www.helium.com/items/819917-the-history-of-pepsi-cola*
- *http://www.npr.org/templates/story/story.php?storyId=15377830*
- *http://papers.ssrn.com/sol3/papers.cfm?abstract_id=1414478*
- *http://www.pepsistore.com/history.asp*
- *http://www.reuters.com/article/industryNews/idUSTRE56252Z20090703*
- *http://www.sirpepsi.com/megargel.htm*

தெளிவான எழுத்தும் ஆழமான ஆய்வும் நிறைந்த நூல்களுக்காகத் தமிழ் வாசகர்களிடையில் நன்கு அறியப்பட்டுள்ள என். சொக்கன் புனைவு, வாழ்க்கை வரலாறு, நிறுவன வரலாறு, தன்னம்பிக்கை, சிறுவர் இலக்கியம் உள்ளிட்ட துறைகளில் இதுவரை எழுபதுக்கும் மேற்பட்ட நூல்கள், நூற்றுக்கணக்கான கதைகள், கட்டுரைகளை எழுதியுள்ளார். விரிவான ஆய்வுகள், சான்றுகளின் அடிப்படையிலான ஆழமான வரலாற்று நூல்களைத் தமிழில் எழுத இயலும், அவற்றைப் பெரும்பான்மை வாசகர்களுக்குக் கொண்டுசேர்க்கவும் இயலும் என்பதைப் பலமுறை நிரூபித்த எழுத்து வகை இவருடையது.

தமிழ், ஆங்கிலம் ஆகிய இரு மொழிகளிலும் எழுதும் சொக்கனுடைய நூல்கள் ஹிந்தி, கன்னடம், மலையாளம் உள்ளிட்ட பல மொழிகளில் மொழிபெயர்ப்பாகியுள்ளன.

www.ingramcontent.com/pod-product-compliance
Ingram Content Group UK Ltd.
Pitfield, Milton Keynes, MK11 3LW, UK
UKHW042018190726
13854UKWH00005B/2354

9 788194 973713